ਕੱਟੜਪੰਥੀ ਲੀਡਰਾਂ ਦੀ ਟ੍ਰੇਨਿੰਗ

ਪ੍ਰਤੀਭਾਗੀ ਕਿਤਾਬ

ਕੱਟੜਪੰਥੀ ਲੀਡਰਾਂ ਦੀ ਟ੍ਰੇਨਿੰਗ
ਪ੍ਰਤੀਭਾਗੀ ਕਿਤਾਬ

ਦੁਆਰਾ: ਡੈਨਿਅਲ ਬੀ ਲੰਕਾਸਟਰ, ਪੀ. ਐਚ. ਡੀ

ਟੀ4ਟੀ ਪ੍ਰੈਸ ਦੁਆਰਾ ਪ੍ਰਕਾਸ਼ਿਤ

ਪਹਿਲੀ ਛਪਾਈ: 2012

ISBN. 978-1-938920-71-4 ਛਪਾਈ

ਵਿਸ਼ਾ ਸੂਚੀ

ਪ੍ਰਧਾਨਗੀ ਦੇ ਪਾਠ

ਸਾਧਨ

1

ਸਵਾਗਤ

ਟ੍ਰੇਨਰ ਅਤੇ ਲੀਡਰ ਪਹਿਲੇ ਸਬਕ ਵਿੱਚ ਇੱਕ ਦੂਜੇ ਨਾਲ ਜਾਣ ਪਹਿਚਾਣ ਕਰਦੇ ਹਨ। ਲੀਡਰ ਫਿਰ ਯੂਨਾਨੀ ਪੱਧਤੀ ਅਤੇ ਹਿਬਰੂ ਪੱਧਤੀ ਦੁਆਰਾ ਟ੍ਰੇਨਿੰਗ ਦੀਆਂ ਵਿਧੀਆਂ ਦੇ ਅੰਤਰ ਨੂੰ ਸਮਝਦੇ ਹਨ। ਯਿਸੂ ਨੇ ਵੀ ਦੋਨਾਂ ਵਿਧੀਆਂ ਦਾ ਇਸਤੇਮਾਲ ਕੀਤਾ ਸੀ ਅਤੇ ਸਾਨੂੰ ਵੀ ਇਨ੍ਹਾਂ ਦਾ ਇਸਤੇਮਾਲ ਕਰਨਾ ਚਾਹੀਦਾ ਹੈ। ਹਿਬਰੂ ਢੰਗ ਟ੍ਰੇਨਰ ਲਈ ਬਹੁਤ ਲਾਭਦਾਇਕ ਹੈ ਅਤੇ ਕੱਟੜਪੰਥੀ ਟ੍ਰੇਨਰ ਦੁਆਰਾ ਜਿਆਦਾਤਰ ਇਹੀ ਢੰਗ ਇਸਤੇਮਾਲ ਕੀਤਾ ਜਾਂਦਾ ਹੈ।

ਉਦੇਸ਼ ਸਬਕ ਲੀਡਰਾਂ ਲਈ ਹੈ ਤਾਂ ਕਿ ਉਹ ਯਿਸੂ ਦੀ ਦੁਨੀਆਂ ਤੱਕ ਪਹੁੰਚਣ ਦੀ ਰਣਨੀਤੀ ਨੂੰ ਸਮਝ ਸਕਣ। ਯਿਸੂ ਦੀ ਰਣਨੀਤੀ ਦੇ ਪੰਜ ਭਾਗ ਹਨ: ਪਰਮਾਤਮਾ ਵਿੱਚ ਵਿਸ਼ਵਾਸ, ਈਸਾ ਚਰਿਤ ਦਾ ਪ੍ਰਚਾਰ, ਚੇਲਾ ਬਣਾਉਣਾ, ਗਿਰਜਾਘਰ ਬਣਾਉਣ ਲਈ ਸਮੂਹ ਬਣਾਉਣਾ ਅਤੇ ਲੋਕਾਂ ਨੂੰ ਲੀਡਰ ਬਣਨ ਦਾ ਅਧਿਆਪਨ ਦੇਣਾ। ਲੀਡਰ "ਯਿਸੂ ਨੂੰ ਮਨਣਾ - ਟ੍ਰੇਨਿੰਗ" (ਫੋਲੋ ਜੀਸਸ ਟ੍ਰੇਨਿੰਗ ਸੀਰੀਜ਼), ਭਾਗ 1: ਕੱਟੜਪੰਥੀ ਚੇਲੇ ਬਣਾਉਣਾ: ਦੇ ਪਾਠ ਦੀ ਸਮੀਖਿਆ ਕਰਾਉਂਦੇ ਹਨ, ਜੋ ਵਿਸ਼ਵਾਸ ਕਰਨ ਵਾਲਿਆਂ ਨੂੰ ਯਿਸੂ ਦੀ ਰਣਨੀਤੀ ਦੇ ਹਰ ਇੱਕ ਭਾਗ ਵਿੱਚ ਸਫਲ ਹੋਣ ਵਿੱਚ ਮੱਦਦ ਕਰਦਾ ਹੈ। ਲੀਡਰ ਇਹ ਅਭਿਆਸ ਕਰਦੇ ਹਨ ਕਿ ਉਹ ਦੂਜਿਆਂ ਲਈ ਵੀ ਯਿਸੂ ਦੀ ਰਣਨੀਤੀ ਨੂੰ ਮੰਨਣ ਦੀ ਦ੍ਰਿਸ਼ਟੀ ਵਿਕਸਿਤ ਕਰ ਸਕੇ। ਯਿਸੂ ਦੀ ਸਿੱਖਿਆ ਦਾ ਪਾਲਣ ਅਤੇ ਉਹਨਾਂ ਦੀ ਆਗਿਆ ਦਾ ਪਾਲਣ ਨਿੱਤ ਕਰਨ ਦੇ ਨਾਲ ਹੀ ਇਹ ਸੈਸ਼ਨ ਖਤਮ ਹੁੰਦਾ ਹੈ।

ਪ੍ਰਸ਼ੰਸਾ

ਸ਼ੁਰੂਆਤ

ਟ੍ਰੇਨਰ ਦੀ ਜਾਣ ਪਹਿਚਾਣ

ਲੀਡਰਾਂ ਦੀ ਜਾਣ ਪਹਿਚਾਣ

ਕਿਵੇਂ ਯਿਸੂ ਲੀਡਰਾਂ ਨੂੰ ਸਿੱਖਿਆ ਦਿੰਦੇ ਹਨ?

ਯੋਜਨਾ

ਗਿਰਜਾ ਘਰ ਕੌਣ ਬਣਾਉਂਦਾ ਹੈ?

–ਮੈਥਿਊ 16:18–
ਮੈਂ ਤੁਹਾਨੂੰ ਕਹਿੰਦਾ ਹਾਂ ਕਿ ਤੁਸੀ ਪੀਟਰ ਅਰਥਾਤ ਚੱਟਾਨ ਹੋ ਅਤੇ ਇਸ ਚੱਟਾਨ ਉਤੇ ਮੈਂ ਆਪਣੀ ਗਿਰਜਾ ਘਰ ਬਣਾਊਂਗਾ ਅਤੇ ਨਰਕ ਦੀ ਤਾਕਤ ਇਸਦੇ ਸਾਹਮਣੇ ਟਿਕ ਨਹੀਂ ਪਾਏਗੀ। (NLT)

ਇਹ ਮ਼ਹੱਤਵਪੂਰਣ ਕਿਉਂ ਹੈ ਕਿ ਗਿਰਜਾਘਰ ਕੌਣ ਬਣਾਊਂਦਾ ਹੈ?

–ਪਸਾਲਮ 127:1–
ਜਦੋਂ ਤੱਕ ਪ੍ਰਭੂ ਘਰ ਨਹੀਂ ਬਣਾਉਂਦੇ ਹਨ, ਤਦ ਤੱਕ ਘਰ ਦੇ ਨਿਰਮਾਤਾਵਾਂ ਦੀ ਮਿਹਨਤ ਵਿਅਰਥ ਹੈ, ਜਦੋਂ ਤੱਕ ਪ੍ਰਭੂ ਆਪਣੇ ਆਪ ਸ਼ਹਿਰ ਉੱਤੇ ਨਜਰ ਨਹੀਂ ਰੱਖਦੇ ਤੱਦ ਤੱਕ ਚੌਂਕੀਦਾਰ ਦਾ ਸੁਚੇਤ ਰਹਿਣਾ ਵਿਅਰਥ ਹੈ। (HCSB)

____

ਯਿਸੂ ਨੇ ਆਪਣੇ ਗਿਰਜਾਘਰ ਕਿਵੇਂ ਬਣਾਏ?

1. ________________________________

–ਲਿਊਕ 2:52–
ਈਸਾ ਸਿਆਣਾ ਹੁੰਦਾ ਗਿਆ ਅਤੇ ਤਾਕਤਵਰ ਹੋ ਗਿਆ। ਰੱਬ ਅਤੇ ਲੋਕ ਓਹਨਾਂ ਤੋ ਖੁਸ਼ ਸਨ । (CEV)

–ਲਿਊਕ 4:14–
ਆਤਮਾ ਦੇ ਸਮਰੱਥਾ ਵਲੋਂ ਪੂਰੇ ਹੋ ਕੇ ਈਸਾ ਗਲੀਲੀ ਪਰਤੇ ਅਤੇ ਉਹਨਾਂ ਦੀ ਧੁੰਮ ਸਾਰੇ ਪ੍ਰਦੇਸ਼ ਵਿੱਚ ਫੈਲ ਗਈ। (NASB)

ਇੱਕ ਦੂਜੇ ਦਾ ਹੱਥ ਫੜੀਏ ਅਤੇ ਇੱਕ ਮਜਬੂਤ ਆਦਮੀ ਦੀ ਮੁੱਦਰਾ ਬਣਾਓ।

2. ________________________________

–ਮਾਰਕ 1:14, 15–
ਜਾੱਨ ਦੇ ਗ੍ਰਿਫਤਾਰ ਹੋ ਜਾਣ ਦੇ ਬਾਅਦ ਈਸਾ ਗਲੀਲੀ ਆਏ ਅਤੇ ਇਹ ਕਹਿੰਦੇ ਹੋਏ ਰੱਬੇ ਦੀ ਚੰਗੀ ਖਬਰ ਦਾ ਪ੍ਰਚਾਰ ਕਰਦੇ ਰਹੇ “ਸਮਾਂ ਪੂਰਾ

ਹੋ ਚੁੱਕਿਆ ਹੈ, ਰੱਬ ਦਾ ਰਾਜ ਨਜਦੀਕ ਆ ਗਿਆ ਹੈ। ਪਸ਼ਚਾਤਾਪ ਕਰੋ ਅਤੇ ਚੰਗੀ ਖਬਰ ਵਿੱਚ ਵਿਸ਼ਵਾਸ ਕਰੋ।" (NLT)

🖐 ਆਪਣੇ ਸੱਜੇ ਹੱਥ ਨਾਲ ਇੱਕ ਬੀਜ ਫੈਲਾਣ ਵਰਗੀ ਹਰਕਤ ਕਰੋ।

3. ______________________________

—ਮੈਥਿਊ 4:19—
ਯਿਸੂ ਨੇ ਕਿਹਾ, "ਆਓ, ਮੇਰਾ ਪਿੱਛਾ ਕਰੋ, ਅਤੇ ਮੈਂ ਤੁਹਾਨੂੰ ਇਨਸਾਨੀ ਜਗਤ ਦਾ ਮਛੇਰਾ ਬਣਾ ਦੇਵਾਂਗਾ"।

🖐 ਦਿਲ ਤੇ ਹੱਥ ਰਖ ਕੇ ਅਤੇ ਫਿਰ ਅਰਦਾਸ ਵਿਚ ਚੁੱਕੋ । ਲੱਕ ਤੇ ਹੱਥ, ਕਲਾਸਿਕ ਮੁੱਦਰਾ ਵਿੱਚ ਅਰਦਾਸ ਲਈ ਚੁੱਕੋ।ਦਿਮਾਗ ਵੱਲ ਹੱਥ ਕਰਕੇ, ਇਸ ਤਰਾਂ ਝੁਕਾਓ ਜਿਵੇਂ ਤੁਸੀ ਇੱਕ ਕਿਤਾਬ ਪੜ ਰਹੇ ਹੋ। ਇੱਕ ਮਜਬੂਤ ਆਦਮੀ ਦੀ ਮੁੱਦਰਾ ਬਣਾਕੇ ਹੱਥ ਚੁੱਕੋ ਅਤੇ ਇਸ ਤਰਾਂ ਹਿਲਾਓ ਜਿਵੇਂ ਕਿ ਬੀਜ ਬੀਜਣ ਲਈ ਫੈਲਾ ਰਿਹਾ ਹੋਵੇ।

4. ______________________________

—ਮੈਥਿਊ 16:18—
ਮੈਂ ਇਹ ਵੀ ਕਹਿੰਦਾ ਹਾਂ ਕਿ ਤੂੰ ਪੀਟਰ ਹੈ ਅਤੇ ਇਸ ਚੱਟਾਨ ਉੱਤੇ ਮੈਂ ਮੇਰੀ ਗਿਰਜਾਘਰ ਦੀ ਉਸਾਰੀ ਕਰੂੰਗਾ ਅਤੇ ਨਰਕ ਦੇ ਦਰਵਾਜ਼ੇ ਵੀ ਉਸ ਉੱਤੇ ਕੁਛ ਨਹੀ ਕਰ ਪਾਣਗੇ।

🖐 ਹੱਥਾ ਨਾਲ ਇਕੱਠਾ ਹੋਣ ਦੀ ਹਰਕਤ ਵਾਂਗੂ ਹਿਲਾਓ, ਜਿਵੇਂ ਕਿ ਤੁਸੀ ਲੋਕਾਂ ਤੋਂ ਪੁੱਛ ਰਹੇ ਹੋ ਕਿ ਉਹ ਤੁਹਾਡੇ ਚਾਰੇ ਪਾਸੇ ਇਕੱਠੇ ਹੋ ਜਾਣ।

5. ______________________________

—ਮੈਥਿਊ 10:5-8—
ਇਨ੍ਹਾਂ ਬਾਰਾਂ ਨੂੰ ਯਿਸੂ ਨੇ ਹੇਠ ਲਿਖੇ ਨਿਰਦੇਸ਼ ਦਿੱਤੇ ਹਨ: ਹੋਰ ਜਾਤੀਆਂ ਦੇ ਨਾਲ ਨਾਂ ਜਾਓ ਅਤੇ ਕਿਸੇ ਵੀ ਸਮਾਰੀਤਨ ਨਿਵਾਸੀ ਦੇ ਸ਼ਹਿਰ ਵਿੱਚ ਪ੍ਰਵੇਸ਼ ਨਾਂ ਕਰੋ। ਸਗੋਂ ਇਜ਼ਰਾਇਲ ਦੀ ਗੁਆਚੀ ਹੋਈ ਭੇਡਾਂ ਨਾਲ ਜਾਓ। ਜਿਸ ਤਰ੍ਹਾਂ ਹੀ ਤੁਸੀ ਜਾਓ, ਇਸ ਸੁਨੇਹੇ ਦਾ ਪ੍ਰਚਾਰ ਕਰੋ ਕਿ: 'ਸਵਰਗ ਦਾ ਰਾਜ ਨਜ਼ਦੀਕ ਹੈ'। ਬੀਮਾਰਾਂ ਦੀ ਸੇਵਾ ਕਰਕੇ ਉਹਨਾਂ ਨੂੰ ਠੀਕ ਕਰੋ, ਮ੍ਰਿਤਕਾਂ ਦਾ ਸਨਮਾਨ ਕਰੋ, ਰੋਗੀਆਂ ਦੇ ਜ਼ਖਮ ਸਾਫ ਕਰੋ, ਬੁਰੀਆਂ ਆਦਤਾ ਤੋਂ ਦੂਰ ਰਹੋ। ਆਸਾਨੀ ਨਾਲ ਜੋ ਤੁਹਾਨੂੰ ਮਿਲਿਆ ਹੈ, ਉਸਨੂੰ ਵੰਡੋ।

ਸਾਵਧਾਨ ਦੀ ਮੁੱਦਰਾ ਵਿੱਚ ਖੜੇ ਹੋ ਜਾਓ ਅਤੇ ਇੱਕ ਫੌਜੀ ਦੀ ਤਰਾਂ ਸਲਾਮੀ ਦਿਓ।

ਯਾਦਾਸ਼ਤ ਪਦ

—ਕੋਰਿੰਥਿੰਸ 11:1—
ਜਿਵੇਂ ਮੈਂ ਮਸੀਹ ਦੀ ਨਕਲ ਕਰਦਾ ਹਾਂ ਉਂਝ ਹੀ ਮੇਰੀ ਨਕਲ ਕਰੋ।

ਅਭਿਆਸ

ਸਮਾਪਤੀ

ਯਿਸੂ ਕਹਿੰਦੇ ਹਨ, "ਮੇਰਾ ਪਾਲਣ ਕਰੋ"

—ਮੈਥਿਊ 9:9—
ਜਦੋਂ ਯਿਸੂ ਉਥੋਂ ਚੱਲੇ, ਤੱਦ ਉਹਨਾਂ ਨੇ ਉੱਥੇ ਇੱਕ ਆਦਮੀ ਵੇਖਿਆ ਜਿਸਦਾ ਨਾਮ ਮੈਥਿਊ ਸੀ ਅਤੇ ਉਹ ਇੱਕ ਚੁੰਗੀ ਕਲੈਕਟਰ ਬੂਥ ਉੱਤੇ ਬੈਠਾ ਹੋਇਆ ਸੀ। ਉਹਨਾਂ ਨੇ ਉਸਨੂੰ ਕਿਹਾ, ਮੇਰਾ ਪਿੱਛਾ ਕਰੋ, ਮੈਥਿਊ ਉੱਠ ਖੜਾ ਹੋਇਆ ਅਤੇ ਉਹਨਾਂ ਦਾ ਪਿੱਛਾ ਕਰਨ ਲੱਗਾ।

2

ਯਿਸੂ ਦੀ ਤਰ੍ਹਾਂ ਸਿੱਖਾਓ

ਚਰਚਾਂ ਜਾਂ ਸਮੂਹਾਂ ਦੇ ਵਾਧੇ ਵਿਚ ਆਮ ਸਮੱਸਿਆ ਜਿਆਦਾ ਤੋਂ ਜਿਆਦਾ ਲੀਡਰਾਂ ਦੀ ਜ਼ਰੂਰਤ ਹੈ। ਲੀਡਰਾਂ ਨੂੰ ਟ੍ਰੇਨ ਕਰਨ ਦੀ ਕੋਸ਼ਿਸ਼ ਵਿੱਚ ਅਕਸਰ ਕਮੀ ਹੋ ਜਾਂਦੀ ਹੈ ਕਿਉਂਕਿ ਸਾਡੇ ਕੋਲ ਇੱਕ ਸਰਲ ਕਿਰਿਆ ਨਹੀਂ ਹੈ ਜਿਸਦਾ ਸਧਾਰਣ ਤਰੀਕੇ ਨਾਲ ਪਾਲਣ ਕੀਤਾ ਜਾ ਸਕੇ। ਇਸ ਸਬਕ ਦਾ ਉਦੇਸ਼ ਸਿਰਫ ਇਹ ਸਮਝਣਾ ਹੈ ਕਿ ਯਿਸੂ ਕਿਵੇਂ ਲੀਡਰਾਂ ਨੂੰ ਸਿੱਖਿਅਤ ਕਰਦੇ ਸਨ, ਤਾਂ ਕਿ ਅਸੀ ਉਹਨਾਂ ਦੀ ਨਕਲ ਕਰ ਸਕੀਏ।

ਯਿਸੂ ਨੇ ਲੀਡਰਾਂ ਨੂੰ ਟ੍ਰੇਨ, ਮਿਸ਼ਨ ਦੀ ਵਿਕਾਸ ਦੇ ਬਾਰੇ ਵਿੱਚ ਸਵਾਲ ਪੁੱਛ ਕੇ ਕੀਤਾ ਅਤੇ ਇਸ ਦੌਰਾਨ ਕਿਸੇ ਵੀ ਸਮੱਸਿਆ ਦਾ ਜਿਸਦਾ ਲੀਡਰਾਂ ਨੂੰ ਸਾਹਮਣਾ ਕਰਨਾ ਪਿਆ, ਇਸ ਸਭ ਦੇ ਬਾਰੇ ਵਿੱਚ ਸਲਾਹ ਮਸ਼ਵਰੇ ਕੀਤੇ। ਉਹਨਾਂ ਨੇ ਲੀਡਰਾਂ ਲਈ ਅਰਦਾਸ ਕੀਤੀ ਅਤੇ ਉਹਨਾਂ ਨੂੰ ਅੱਗੇ ਦੇ ਮਿਸ਼ਨ ਲਈ ਯੋਜਨਾ ਬਣਾਉਣ ਵਿੱਚ ਮੱਦਦ ਵੀ ਕੀਤੀ। ਉਹਨਾਂ ਦੇ ਅਧਿਆਪਨ ਦਾ ਇੱਕ ਮਹੱਤਵਪੂਰਣ ਹਿੱਸਾ ਇਹ ਹੈ ਕਿ ਭਵਿੱਖ ਦੇ ਮੰਤਰਾਲਿਆਂ ਵਿੱਚ ਜਿਨ੍ਹਾਂ ਗੁਣਾਂ ਦੀ ਲੋੜ ਹੋਵੇਗੀ ਉਸਦਾ ਅਭਿਆਸ ਕਰਨਾ। ਪਾਠ 2 ਵਿੱਚ, ਸਾਰੇ ਲੀਡਰ ਯਿਸੂ ਦੀ ਦੁਨੀਆਂ ਤੱਕ ਪਹੁੰਚਣੇ ਦੀ ਰਣਨੀਤੀ ਅਤੇ ਅਗਵਾਈ ਟ੍ਰੇਨਿੰਗ ਕਿਰਿਆ ਦੀ ਆਪਣੇ ਆਪਣੇ ਸਮੂਹਾਂ ਉੱਤੇ ਲਾਗੂ ਕਰਦੇ ਹਨ। ਅੰਤ ਵਿੱਚ ਲੀਡਰ ਇੱਕ "ਟ੍ਰੇਨਿੰਗ ਰੁੱਖ" ਵਿਕਸਿਤ ਕਰ ਲੈਂਦੇ ਹਨ ਜੋ ਉਹਨਾਂ ਨੂੰ ਲੀਡਰਾਂ ਲਈ ਟ੍ਰੇਨਿੰਗ ਅਤੇ ਅਰਦਾਸ ਨੂੰ ਕੋਰਡੀਨੇਟ ਕਰਨ ਵਿਚ ਮਦਦ ਕਰਦਾ ਹੈ।

ਪ੍ਰਸ਼ੰਸਾ

ਵਿਕਾਸ

ਸਮੱਸਿਆ

ਯੋਜਨਾ

ਸਮੀਖਿਆ

ਸਵਾਗਤਮ

ਗਿਰਜਾ ਘਰ ਕੌਣ ਬਣਾਉਂਦਾ ਹੈ?
ਉਹ ਮਹੱਤਵਪੂਰਣ ਕਿਉਂ ਹੈ?
ਯਿਸੂ ਨੇ ਆਪਣੇ ਗਿਰਜਾ ਘਰ ਕਿਵੇਂ ਬਨਾਏ?

–1 ਕੋਰਿੰਥਿੰਸ 11:1–ਤੁਸੀ ਲੋਕ ਮੇਰੀ ਨਕਲ ਕਰੋ, ਜਿਸ ਤਰ੍ਹਾਂ ਮੈਂ ਮਸੀਹ ਦੀ ਨਕਲ ਕਰਦਾ ਹਾਂ।

ਮਸੀਹ ਨੇ ਲੀਡਰਾਂ ਨੂੰ ਕਿਵੇਂ ਟ੍ਰੇਨ ਕੀਤਾ?

–ਲਿਉਕ 10:17–
"ਜਦੋਂ ਤੁਹਾਡੇ ਨਾਮ ਦੀ ਵਰਤੋਂ ਕਰਦੇ ਹਨ ਤੱਦ ਸ਼ੈਤਾਨ ਵੀ ਸਾਡੀ ਆਗਿਆ ਦਾ ਪਾਲਣ ਕਰਦੇ ਹਨ"।

1. ______________________________

ਇੱਕ ਦੂਜੇ ਦੇ ਉੱਪਰ ਤੋਂ ਘੁਮਾਉਂਦੇ ਹੋਏ ਆਪਣੇ ਹੱਥ ਉੱਪਰ ਵੱਲ ਲੈ ਜਾਓ।

–ਮੈਥਿਊ 17:19–
ਬਾਅਦ ਵਿੱਚ ਚੇਲਿਆਂ ਨੇ ਯਿਸੁ ਨਾਲ ਇਕੱਲਿਆਂ ਵਿੱਚ ਆ ਕੇ ਕਿਹਾ, “ਅਸੀ ਉਸ ਸ਼ੈਤਾਨ ਨੂੰ ਬਾਹਰ ਕਿਉਂ ਨੀ ਕਰ ਸਕਦੇ?”

2. ______________________________

ਆਪਣੇ ਸਿਰ ਦੇ ਦੋਨੋਂ ਪਾਸੇ ਆਪਣੇ ਹੱਥਾਂ ਨੂੰ ਲੈ ਜਾਵੇ ਅਤੇ ਇਸ ਤਰਾਂ ਡਰਾਮਾ ਕਰੋ ਕਿ ਜਿਵੇਂ ਵਾਲਾਂ ਨੂੰ ਖਿੱਚ ਰਹੇ ਹੋਵੋ।

–ਲਿਊਕ 10:1–
ਪਰਮਾਤਮਾ ਨੇ 72 ਲੋਕਾਂ ਦੀ ਨਿਯੁਕਤੀ ਅਤੇ ਉਹਨਾਂ ਨੂੰ ਦੋ-ਦੋ ਦੇ ਸਮੂਹ ਵਿੱਚ ਇੱਕ ਦੇ ਬਾਅਦ ਇੱਕ ਹਰ ਸ਼ਹਿਰ ਅਤੇ ਉਹਨਾਂ ਦੇਸ਼ਾਂ ਵਿੱਚ ਭੇਜਿਆ ਜਿੱਥੇ ਉਹਨਾਂ ਨੂੰ ਜਾਣਾ ਸੀ।

3. ______________________________

ਆਪਣੇ ਖੱਬੇ ਹੱਥ ਨੂੰ ਪੇਪਰ ਦੀ ਤਰ੍ਹਾਂ ਬਾਹਰ ਕੱਢੋ ਅਤੇ ਸੱਜੇ ਹੱਥ ਉਸ ਉੱਤੇ ਲਿਖੋ।

–ਜਾੱਨ 4:1-2–
ਯਿਸੁ ਜਾਣਦੇ ਸੀ ਕਿ ਫਰੀਸੀਆਂ ਨੇ ਇਹ ਸੁਣਿਆ ਸੀ ਕਿ ਉਹ ਬੈਪਟਾਇਜ਼ ਕਰ ਰਹੇ ਹਨ ਅਤੇ ਜਾੱਨ ਤੋਂ ਜਿਆਦਾ ਚੇਲੇ ਬਣਾ ਰਹੇ ਹਨ (ਹਾਲਾਂਕਿ ਯਿਸੁ ਨੇ ਆਪਣੇ ਆਪ ਕਦੇ ਬੈਪਟਾਇਜ਼ ਨਹੀਂ ਕੀਤਾ ਬਲਕਿ ਉਹਨਾਂ ਦੇ ਚੇਲਿਆਂ ਨੇ ਕੀਤਾ ਸੀ)।

4. ____

✋ ਹੱਥਾਂ ਨੂੰ ਉੱਤੇ ਅਤੇ ਹੇਠਾਂ ਦੇ ਵੱਲ ਲੈ ਜਾਓ ਜਿਵੇਂ ਕਿ ਤੁਸੀ ਭਾਰ ਚੁੱਕ ਰਹੇ ਹੋ।

–ਲਿਊਕ 22:31-32–
ਯਿਸੁ ਨੇ ਕਿਹਾ, "ਸਾਈਮਨ ਮੇਰੀ ਗੱਲ ਸੁਣੋ, ਸ਼ੈਤਾਨ ਨੇ ਤੁਹਾਡੇ ਵਿੱਚੋਂ ਹਰ ਇੱਕ ਤੋਂ ਪ੍ਰੀਖਿਆ ਦੀ ਮੰਗ ਕੀਤੀ ਹੈ, ਜਿਵੇਂ ਕਿ ਇੱਕ ਕਿਸਾਨ ਕਰਦਾ ਹੈ ਜਦੋਂ ਉਹ ਤੂੜੀ ਤੋਂ ਕਣਕ ਨੂੰ ਅਲੱਗ ਕਰਦਾ ਹੈ। ਪਰ ਸਾਈਮਨ, ਮੈਂ ਅਰਦਾਸ ਕਰਦਾ ਹਾਂ ਕਿ ਤੁਹਾਡਾ ਵਿਸ਼ਵਾਸ ਮਜਬੂਤ ਹੋਵੇਗਾ ਅਤੇ ਜਦੋਂ ਤੁਸੀ ਮੇਰੇ ਕੋਲ ਵਾਪਸ ਆਓਗੇ ਤਾਂ ਦੂਸਰਿਆਂ ਦੀ ਮੱਦਦ ਕਰਨਾ"।

5. ____

✋ ਹਿਕਾਇਤੀ ਢੰਗ ਨਾਲ "ਅਰਦਾਸ ਲਈ ਹੱਥ" ਆਪਣੇ ਚਿਹਰੇ ਨੂੰ ਕਰੀਬ ਰੱਖਣ ਦੀ ਮੁੱਦਰਾ ਬਣਾਓ।

ਯਾਦਾਸ਼ਤ ਪਦ

–ਲਿਊਕ 6:40–
ਇੱਕ ਚੇਲਾ ਆਪਣੇ ਸਿਖਿਅਕ ਤੋਂ ਉੱਪਰ ਨਹੀਂ ਹੈ, ਪਰ ਹਰ ਕੋਈ ਹੈ ਜੋ ਪੂਰੀ ਤਰਾਂ ਨਾਲ ਸਿੱਖਿਅਤ ਕੀਤਾ ਜਾਂਦਾ ਹੈ ਆਪਣੇ ਸਿਖਿਅਕ ਦੀ ਤਰਾਂ ਹੋਵੇਗਾ।

ਅਭਿਆਸ

ਸਮਾਪਤ

ਟ੍ਰੇਨਿੰਗ ਰੁੱਖ

3

ਯਿਸੂ ਦੀ ਤਰ੍ਹਾਂ ਅਗਵਾਈ ਕਰੋ

ਯਿਸੂ ਹਰ ਦੌਰ ਦੇ ਸਭ ਤੋਂ ਵੱਡੇ ਲੀਡਰ ਰਹੇ ਹਨ। ਕਿਸੇ ਵੀ ਵਿਅਕਤੀ ਨੇ ਇਨ੍ਹੇ ਲੋਕਾਂ ਨੂੰ ਪ੍ਰਭਾਵਿਤ ਨਹੀਂ ਕੀਤਾ ਜਿੰਨੇ ਲੋਕਾ ਨੂੰ ਯਿਸੂ ਨੇ ਪ੍ਰਭਾਵਿਤ ਕੀਤਾ ਹੈ। ਯਿਸੂ ਅਗਵਾਈ ਸ਼ੈਲੀ ਉੱਤੇ ਆਧਾਰਿਤ ਇੱਕ ਮਹਾਨ ਲੀਡਰ ਦੇ ਸੱਤ ਗੁਣਾਂ ਨੂੰ ਪਾਠ 3 ਵਿੱਚ ਦੱਸਿਆ ਗਿਆ ਹੈ। ਲੀਡਰਾਂ ਨੇ ਫਿਰ ਆਪਣੇ ਅਗਵਾਈ ਅਨੁਭਵਾਂ ਦੀਆਂ ਸ਼ਕਤੀਆਂ ਅਤੇ ਕਮਜੋਰੀਆਂ ਦਾ ਪਰਛਾਵਾ ਵਖਾਇਆ। ਇਹ ਟੀਮ - ਨਿਰਮਾਣ 'ਖੇਲ ਸਹਭਾਜੀ' ਅਗਵਾਈ ਦੀ ਸ਼ਕਤੀ ਦੇ ਗਿਆਨ ਨਾਲ ਖਤਮ ਹੁੰਦਾ ਹੈ।

ਲੀਡਰਾਂ ਦੇ ਹਿਰਦੇ ਵਿੱਚ ਉੱਤੇ-ਹੇਠਾਂ ਹਲਚਲ ਹੁੰਦੀ ਹੈ ਇਸ ਲਈ ਅਸੀਂ ਇਹ ਜਾਨਣ ਦੀ ਕੋਸ਼ਿਸ਼ ਕੀਤੀ ਕਿ ਕਿਵੇਂ ਯਿਸੂ ਨੇ ਚੇਲਿਆ ਦੀ ਅਗਵਾਈ ਕੀਤੀ ਤਾਂਕਿ ਅਸੀ ਉਹਨਾਂ ਦੀ ਨਕਲ ਕਰ ਸਕੀਏ। ਯਿਸੂ ਨੇ ਉਹਨਾਂਨੂੰ ਅਖੀਰ ਤੱਕ ਪ੍ਰੇਮ ਕੀਤਾ, ਉਹਨਾਂ ਦੇ ਮਿਸ਼ਨ ਨੂੰ ਸੱਮਝਿਆ, ਸਮੂਹ ਦੀਆਂ ਸਮਸਿਆਵਾਂ ਨੂੰ ਜਾਣਿਆ, ਉਹਨਾਂ ਦੇ ਚੇਲਿਆ ਨੂੰ ਪਾਲਣ ਕਰਨ ਦਾ ਉਦਾਹਰਣ ਦਿੱਤਾ, ਤਰਸ ਦੇ ਨਾਲ ਸਾਮਣਾ ਕੀਤਾ ਅਤੇ ਉਹ ਇਹ ਜਾਣਦੇ ਸਨ ਕਿ ਪਰਮਾਤਮਾ ਉਹਨਾਂ ਦੀ ਆਗਿਆਕਾਰਿਤਾ ਲਈ ਅਸ਼ੀਰਵਾਦ ਦੇ ਰਹੇ ਹੈ। ਸਭ ਕੁੱਝ ਸਾਡੇ ਦਿਲੋਂ ਵਗਦਾ ਹੈ। ਇਸ ਲਈ, ਸਾਡੇ ਦਿਲ ਦਾ ਰਵੱਈਆ ਹੈ, ਕਿ ਅਸੀ ਕਿਥੇ ਲੀਡਰ ਦੀ ਤਰ੍ਹਾਂ ਸ਼ੁਰੁਆਤ ਕਰੀਏ।

ਪ੍ਰਸ਼ੰਸਾ

ਵਿਕਾਸ

ਸਮੱਸਿਆ

ਯੋਜਨਾ

ਸਮੀਖਿਆ

ਸਵਾਗਤਮ

ਗਿਰਜਾ ਘਰ ਕੌਣ ਬਣਾਉਂਦਾ ਹੈ?
ਉਹ ਮਹੱਤਵਪੂਰਣ ਕਿਉਂ ਹੈ?
ਯਿਸੂ ਨੇ ਆਪਣੇ ਗਿਰਜਾ ਘਰ ਕਿਵੇਂ ਬਨਾਏ?

–1 ਕੋਰਿੰਥਿੰਸ 11:1–ਤੁਸੀ ਲੋਕ ਮੇਰੀ ਨਕਲ ਕਰੋ, ਜਿਸ ਤਰ੍ਹਾਂ ਮੈਂ ਮਸੀਹ ਦੀ ਨਕਲ ਕਰਦਾ ਹਾਂ।

ਯਸ਼ਿ ਦੀ ਤਰ੍ਹਾਂ ਟ੍ਰੇਨ ਕਰੋ

ਯਿਸੂ ਨੇ ਲੀਡਰਾਂ ਨੂੰ ਕਿਵੇਂ ਸਿਖਾਇਆ?

–ਲਿਊਕ 6:40–ਚੇਲਾ ਗੁਰੂ ਤੋਂ ਵੱਡਾ ਨਹੀਂ ਹੁੰਦਾ। ਪੂਰੀ - ਪੂਰੀ ਸਿੱਖਿਆ ਪ੍ਰਾਪਤ ਕਰਣ ਦੇ ਬਾਅਦ ਉਹ ਆਪਣੇ ਗੁਰੂ - ਵਰਗਾ ਬੰਨ ਸਕਦਾ ਹੈ।

ਯਿਸੂ ਮਹਾਨਤਮ ਲੀਡਰ ਕਿਸ ਨੂੰ ਕਹਿੰਦੇ ਹਨ?

–ਮੈਥਿਊ 20:25-28–

"ਈਸਾ ਨੇ ਆਪਣੇ ਚੇਲਿਆ ਨੂੰ ਆਪਣੇ ਕੋਲ ਸੱਦ ਕੇ ਕਿਹਾ, ਤੁਸੀਂ ਜਾਣਦੇ ਹੋ ਕਿ ਸੰਸਾਰ ਦੇ ਰਾਜੇ ਆਪਣੀ ਪ੍ਰਜਾ ਉੱਤੇ ਰਾਜ ਕਰਦੇ ਹਨ ਅਤੇ ਅਧਿਕਾਰੀ ਲੋਕਾਂ ਉੱਤੇ ਅਧਿਕਾਰ ਜਤਾਉਂਦੇ ਹਨ। ਤੁਹਾਡੇ ਵਿੱਚ ਅਜਿਹੀ ਗੱਲ ਨਹੀਂ ਹੋਵੇਂਗੀ। ਜੇ ਤੁਹਾਡੇ ਲੋਕਾਂ ਵਿੱਚ ਵਡਾ ਹੋਣਾ ਚਾਹੁੰਦਾ ਹੈ, ਉਹ ਤੁਹਾਡਾ ਸੇਵਕ ਬਣੇ, ਅਤੇ ਜੋ ਤੁਹਾਡੇ ਵਿੱਚ ਪ੍ਰਧਾਨ ਹੋਣਾ ਚਾਹੁੰਦਾ ਹੈ, ਉਹ ਤੁਹਾਡਾ ਦਾਸ ਬਣੇ; ਕਿਉਂਕਿ ਮਨੁੱਖ ਪੁੱਤ ਆਪਣੀ ਸੇਵਾ ਕਰਾਉਣ ਨਹੀਂ, ਸਗੋਂ ਸੇਵਾ ਕਰਨ ਅਤੇ ਬਹੁਤਾਂ ਦੇ ਉੱਧਾਰ ਲਈ ਆਪਣੇ ਪ੍ਰਾਣ ਦੇਣ ਆਇਆ ਹੈ।

ਫੌਜੀ ਦੇ ਵਾਂਗੂ ਸਲਾਮੀ ਦੋ, ਫਿਰ ਦੋਨਾਂ ਹਥਾਂ ਨੂੰ ਜੋੜੋ ਅਤੇ ਫਿਰ ਇੱਕ ਸੇਵਕ ਦੀ ਤਰ੍ਹਾਂ ਝੁਕੋ।

ਇੱਕ ਮਹਾਨ ਲੀਡਰ ਦੇ ਸੱਤ ਗੁਣ ਕੀ ਹੁੰਦੇ ਹਨ?

–ਜਾਨ 13:1-17–

1ਪਾਸਕਾ ਤਿਓਹਾਰ ਦਾ ਪਹਿਲਾ ਦਿਨ ਸੀ। ਈਸਾ ਜਾਣਦੇ ਸਨ ਕਿ ਮੇਰੀ
ਘੜੀ ਆ ਗਈ ਹੈ ਅਤੇ ਮੈਨੂੰ ਇਹ ਸੰਸਾਰ ਛਡਕੇ ਪਿਤਾ ਦੇ ਕੋਲ ਜਾਣਾ
ਹੈ। ਉਹ ਅਪਨਿਆ ਨੂੰ, ਜੋ ਇਸ ਸੰਸਾਰ ਵਿੱਚ ਸਨ, ਪਿਆਰ ਕਰਦੇ ਆਏ
ਸਨ ਅਤੇ ਹੁਣ ਆਪਣੇ ਪ੍ਰੇਮ ਦਾ ਸਭ ਵਲੋਂ ਵਡਾ ਪ੍ਰਮਾਣ ਦੇਣ ਵਾਲੇ ਸਨ।
2ਸ਼ੈਤਾਨ ਵਿਆਰੀ ਦੇ ਸਮੇਂ ਤੱਕ ਸਿਮੋਨ ਇਸਕਾਰਯੋਤੀ ਦੇ ਪੁੱਤ ਯੂਦਸ ਦੇ
ਮਨ ਵਿੱਚ ਈਸਾ ਨੂੰ ਪਕੜਵਾਓਣ ਦਾ ਵਿਚਾਰ ਪੈਦਾ ਕਰ ਚੁੱਕਿਆ ਸੀ।
3ਈਸਾ ਜਾਣਦੇ ਸਨ ਕਿ ਪਿਤਾ ਨੇ ਮੇਰੇ ਹੱਥਾਂ ਵਿੱਚ ਸਭ ਕੁੱਝ ਦੇ ਦਿਤਾ ਹੈ,
ਮੈਂ ਰੱਬ ਦੇ ਇੱਥੋਂ ਆਇਆ ਹਾਂ ਅਤੇ ਰੱਬ ਦੇ ਕੋਲ ਜਾ ਰਿਹਾ ਹਾਂ।
4ਉਹਨਾਂ ਨੇ ਭੋਜਨ ਤੋ ਉੱਠਕੇ ਆਪਣੇ ਕਪੜੇ ਉਤਾਰੇ ਅਤੇ ਕਮਰ ਤੇ
ਤੌਲਿਏ ਬੰਨ੍ਹ ਲਿਆ।
5ਤੱਦ ਉਹ ਪਰਾਤ ਵਿੱਚ ਪਾਣੀ ਭਰਕੇ ਆਪਣੇ ਚੇਲਿਆ ਦੇ ਪੈਰ ਧੋਣੇ ਅਤੇ
ਕਮਰ ਵਿੱਚ ਬੰਨ੍ਹੇ ਤੌਲਿਏ ਨਾਲ ਉਹਨਾਂ ਨੂੰ ਪੂੰਜਣ ਲੱਗੇ।

੬ਜਦੋਂ ਉਹ ਸਿਮੋਨ ਪੀਟਰ ਦੇ ਕੋਲ ਪੁਜੇ ਤਾਂ ਪੀਟਰ ਨੇ ਉਹਨਾਂ ਨੂੰ ਕਿਹਾ,
ਪ੍ਰਭੂ! ਤੁਸੀ ਮੇਰੇ ਪੈਰ ਧੋਨ ਲੱਗੇ ਹੋ?
੭ਈਸਾ ਨੇ ਜਵਾਬ ਦਿੱਤਾ, ਤੂੰ ਹੁਣੇ ਨਹੀਂ ਸੱਮਝਦਾ ਕਿ ਮੈਂ ਕੀ ਕਰ ਰਿਹਾ
ਹਾਂ। ਬਾਅਦ ਵਿੱਚ ਸਮੱਝੇਗਾ।
੮ਪੀਟਰ ਨੇ ਕਿਹਾ, ਮੈਂ ਤੁਹਾਨੂੰ ਆਪਣੇ ਪੈਰ ਕਦੇ ਨਹੀਂ ਧੋਣ ਦਵਾਂਗਾ
। ਈਸਾ ਨੇ ਉਸ ਨੂੰ ਕਿਹਾ, ਜੇਕਰ ਮੈਂ ਤੁਹਾਡੇ ਪੈਰ ਨਹੀਂ ਧੋਵਾਂਗਾ, ਤਾਂ
ਤੁਹਾਡਾ ਮੇਰੇ ਨਾਲ ਕੋਈ ਸੰਬੰਧ ਨਹੀਂ ਰਹਿ ਜਾਵੇਗਾ।
੯ਇਸ ਉੱਤੇ ਸਿਮੋਨ ਪੀਟਰ ਨੇ ਉਹਨਾਂ ਨੂੰ ਕਿਹਾ, ਪ੍ਰਭੂ! ਤਾਂ ਮੇਰੇ ਪੈਰ ਹੀ
ਨਹੀਂ, ਮੇਰੇ ਹੱਥ ਅਤੇ ਸਿਰ ਵੀ ਧੋ ਦਵੋ।
੧੦ਈਸਾ ਨੇ ਜਵਾਬ ਦਿੱਤਾ, ਜੋ ਇਸਨਾਨ ਕਰ ਚੁੱਕਿਆ ਹੈ, ਉਸਨੂੰ ਪੈਰ ਦੇ
ਸਿਵਾ ਹੋਰ ਕੁੱਝ ਧੋਣ ਦੀ ਜ਼ਰੂਰਤ ਨਹੀਂ। ਉਹ ਸਾਰਾ ਰੂਪ ਵਲੋਂ ਸ਼ੁਦਵ
ਹੈ। ਤੁਸੀਂ ਲੋਕ ਸ਼ੁੱਧ ਹੋ, ਪਰ ਸਭ ਦੇ ਸਭ ਨਹੀਂ।
੧੧ਉਹ ਜਾਣਦੇ ਸਨ ਕਿ ਕੌਣ ਮੇਰੇ ਨਾਲ ਵਿਸ਼ਵਾਸ ਘਾਤ ਕਰੇਗਾ। ਇਸ
ਲਈ ਉਹਨਾਂ ਨੇ ਕਿਹਾ - ਤੁਸੀਂ ਸਭ ਦੇ ਸਭ ਸ਼ੁੱਧ ਨਹੀਂ ਹੋ।
੧੨ਉਹਨਾਂ ਦੇ ਪੈਰ ਧੋਣ ਦੇ ਬਾਅਦ ਉਹ ਆਪਣੇ ਕਪੜੇ ਪਾਕੇ ਫੇਰ ਬੈਠ
ਗਏ ਅਤੇ ਉਹਨਾਂ ਨੂੰ ਬੋਲੇ, ਕੀ ਤੁਸੀਂ ਲੋਕ ਸੱਮਝਦੇ ਹੋ ਕਿ ਮੈਂ ਤੁਹਾਡੇ
ਨਾਲ ਕੀ ਕੀਤਾ ਹੈ?
੧੩ਤੁਸੀਂ ਮੈਨੂੰ ਗੁਰੂ ਅਤੇ ਪ੍ਰਭੂ ਕਹਿੰਦੇ ਹੋ ਅਤੇ ਠੀਕ ਹੀ ਕਹਿੰਦੇ ਹੋ,
ਕਿਉਂਕਿ ਮੈਂ ਉਹੀ ਹਾਂ।
੧੪ਇਸ ਲਈ ਜੇਕਰ ਮੈਂ - ਤੁਹਾਡੇ ਪ੍ਰਭੂ ਅਤੇ ਗੁਰੂ - ਨੇ ਤੁਹਾਡੇ ਪੈਰ ਧੋਏ
ਹਨ ਤਾਂ ਤੁਹਾਨੂੰ ਵੀ ਇੱਕ ਦੂੱਜੇ ਦੇ ਪੈਰ ਧੋਣੇ ਚਾਹਿਦੇ।
੧੫ਮੈਂ ਤੁਹਾਨੂੰ ਉਦਾਹਰਨ ਦਿੱਤਾ ਹੈ, ਜਿਸ ਤਰਾਂ ਮੈਂ ਤੁਹਾਡੇ ਨਾਲ ਕੀਤਾ
ਉਹੋ ਜਿਹਾ ਹੀ ਤੂੰ ਵੀ ਕਰਿਆ ਕਰ।
੧੬ਮੈਂ ਤੇਨੂੰ ਇਹ ਕਹਿੰਦਾ ਹਾਂ - ਸੇਵਕ ਅਪਣੇ ਸਵਾਮੀ ਤੋ ਵਡਾ ਨਹੀਂ ਹੁੰਦਾ
ਅਤੇ ਨਾ ਭੇਜਿਆ ਹੋਇਆ ਉਸ ਤੋ, ਜਿਸਨੇ ਉਸਨੂੰ ਭੇਜਿਆ
੧੭ਜੇਕਰ ਤੂੰ ਇਹ ਗੱਲਾਂ ਸੱਮਝਕੇ ਉਹਨਾਂ ਦੇ ਅਨੁਸਾਰ ਚਾਲ ਚਲਣ
ਕਰੇਂਗਾ, ਤਾਂ ਧੰਨ ਹੋਵੇਂਗਾ।

1. ______________________________

ਛਾਤੀ ਨੂੰ ਹੱਥ ਨਾਲ ਥਪਥਪਾਓ।

2. ____

ਸਲਾਮੀ ਦਵੋ ਜਿਵੇਂ ਕਿ ਤੁਸੀਂ ਇੱਕ ਫੌਜੀ ਹੋ ਅਤੇ 'ਹਾਂ' ਕਹਿੰਦੇ ਹੋਏ ਸਿਰ ਨੂੰ ਹਿਲਾਓ।

3. ____

ਪਾਰੰਪਰਕ ਅਰਦਾਸ ਕਰਨ ਦੀ ਤਰ੍ਹਾਂ ਹਥਾਂ ਨੂੰ ਜੋੜ ਕੇ ਝੁਕੋ।

4. ____

ਦੋਨਾਂ ਹਥਾਂ ਦੀ ਤਰਜਨੀ ਅਤੇ ਅੰਗੂਠੇ ਨੂੰ ਮਿਲਾਕੇ ਦਿਲ ਦਾ ਨਿਸ਼ਾਨ ਬਨਾਓ।

5. ____

ਆਪਣੇ ਹਥਾ ਨੂੰ ਆਪਣੇ ਸਿਰ ਦੇ ਦੋਵਾ ਪਾਸੇ ਰਖੋ, ਜਿਵੇਂ ਦਾ ਤੁਹਾਨੂੰ ਸਿਰਦਰਦ ਹੈ।

6. ____

ਸਵਰਗ ਦੇ ਵਲ ਇਸ਼ਾਰਾ ਕਰਦੇ ਹੋਏ, 'ਹਾਂ' ਦੇ ਲਈ ਹੱਥ ਹਿਲਾਓ।

7. ____

✋ ਪ੍ਰਸੰਸ਼ਾ ਕਰਦੇ ਹੋਏ, ਸਵਰਗ ਦੇ ਵਲ ਹਥਾ ਨੂੰ ਚੁੱਕੋ ।

ਯਾਦਾਸ਼ਤ ਪਦ

–ਜਾਨ 13:14-15–
ਇਸ ਲਈ ਜੇਕਰ ਮੈਂ - ਤੁਹਾਡੇ ਪ੍ਰਭੂ ਅਤੇ ਗੁਰੂ - ਨੇ ਤੁਹਾਡੇ ਪੈਰ ਧੋਏ ਹਨ ਤਾਂ ਤੁਹਾਨੂੰ ਵੀ ਇੱਕ ਦੂੱਜੇ ਦੇ ਪੈਰ ਧੋਣੇ ਚਾਹਿਦੇ ਹਨ । ਮੈਂ ਤੁਹਾਨੂੰ ਉਦਾਹਰਣ ਦਿਤੀ ਹੈ, ਜਿਸਦੇ ਤਰਾਂ ਮੈਂ ਤੁਹਾਡੇ ਨਾਲ ਕੀਤਾ ਉਹੋ ਜਿਹਾ ਹੀ ਤੁਸੀਂ ਵੀ ਕਰੋ ।

ਅਭਿਆਸ

"ਹੁਣ ਅਸੀ ਯਿਸੁ ਦੇ ਅਧਿਆਪਨ ਦੇ ਢੰਗ ਦਾ ਇਸਤੇਮਾਲ ਕਰਾਂਗੇ ਜੋ ਅਸੀਂ ਅਗਵਾਈ ਪਾਠ ਵਿੱਚ ਸਿਖਿਆ ਸੀ ।"

ਸਮਾਪਤ

ਛੀਨਲੋਨ

4

ਸ਼ਕਤੀਸ਼ਾਲੀ ਬਣੋ

ਜਿੰਨਾ ਲੀਡਰਾਂ ਨੂੰ ਤੁਸੀਂ ਸਿੱਖਿਆ ਦੇ ਰਹੇ ਹੋ, ਉਹ ਸਮੂਹ ਲੀਡ ਕਰ ਰਹੇ ਹਨ ਅਤੇ ਸਿੱਖ ਰਹੇ ਹਨ ਕਿ ਦੂਸਰੀਆਂ ਨੂੰ ਲੀਡ ਕਰਨਾ ਕਿੰਨਾ ਮੁਸ਼ਕਲ ਹੋ ਸਕਦਾ ਹੈ। ਲੀਡਰਾਂ ਨੂੰ ਉਹਨਾਂ ਦੇ ਸਮੂਹ ਦੇ ਬਾਹਰੋਂ ਮਹੱਤਵਪੂਰਨ ਆਤਮਿਕ ਲੜਾਈ ਦਾ ਸਾਹਮਣਾ ਕਰਨਾ ਪੈਂਦਾ ਹੈ ਅਤੇ ਸਮੂਹ ਦੇ ਵਿਚਕਾਰ ਸ਼ਖਸੀਅਤ ਮੱਤਭੇਦ ਦਾ। ਵੱਖ-ਵੱਖ ਸ਼ਖਸੀਅਤਾਂ ਦੀ ਪਹਿਚਾਣ ਕਰਨਾ ਅਤੇ ਪ੍ਰਭਾਵੀ ਰੂਪ ਵਲੋਂ ਉਹਨਾਂ ਲੋਕਾਂ ਦੇ ਨਾਲ ਇੱਕ ਸਮੂਹ ਵਿੱਚ ਕੰਮ ਕਰਨਾ- ਇੱਕ ਪ੍ਰਭਾਵੀ ਅਗਵਾਈ ਦੀ ਕੁੰਜੀ ਹੈ। "ਸ਼ਕਤੀਸ਼ਾਲੀ ਬਣਨਾ" ਲੀਡਰਾਂ ਨੂੰ ਸਬਕ ਦਿੰਦਾ ਹੈ ਕਿ ਕਿਵੇਂ ਸਾਧਾਰਨ ਤਰੀਕੇ ਨਾਲ ਲੋਕਾਂ ਨੂੰ ਸ਼ਖਸੀਅਤ ਲੱਭਣ ਵਿੱਚ ਮਦਦ ਕਰਨਾ। ਜਦੋਂ ਅਸੀ ਸਮਝ ਲੈਂਦੇ ਹਾਂ ਕਿ ਕਿਵੇਂ ਪਰਮਾਤਮਾ ਨੇ ਸਾਨੂੰ ਬਣਾਇਆ ਹੈ, ਸਾਡੇ ਕੋਲ ਮਜਬੂਤ ਸੁਰਾਗ ਆਂਦੇ ਹਨ ਕਿ ਕਿਵੇਂ ਅਸੀ ਉਹਨਾਂ ਵਿੱਚ ਸ਼ਕਤੀਸ਼ਾਲੀ ਬਣ ਸਕਦੇ ਹਾਂ।

ਸ਼ਖਸੀਅਤ ਦੀਆਂ ਅੱਠ ਕਿਸਮਾਂ ਹਨ: ਫੌਜੀ, ਖੋਜੀ, ਚਰਵਾਹਾ, ਬੀਜਣ ਵਾਲਾ, ਪੁੱਤਰ/ਧੀ, ਸੰਤ, ਸੇਵਕ ਅਤੇ ਪ੍ਰਬੰਧਕ। ਲੀਡਰਾਂ ਦੀ ਮੱਦਦ ਕਰਨ ਤੋਂ ਬਾਅਦ ਉਹਨਾਂ ਅੰਦਰਲੀ ਸ਼ਖਸੀਅਤ ਦੀ ਖੋਜ ਕਰੋ, ਅਧਿਆਪਕ ਸ਼ਕਤੀਆਂ ਅਤੇ ਹਰ ਇੱਕ ਪ੍ਰਕਾਰ ਦੀਆਂ ਕਮਜੋਰੀਆਂ ਉੱਤੇ ਚਰਚਾ ਕਰੋ। ਕਈ ਲੋਕਾਂ ਨੂੰ ਲੱਗਦਾ ਹੈ ਕਿ ਪਰਮਾਤਮਾ ਸੱਭਿਆਚਾਰਿਕ ਗੁਣਾਂ ਤੋਂ ਜਿਆਦਾ ਸ਼ਖਸੀਅਤ ਪ੍ਰਕਾਰ ਨੂੰ ਪਿਆਰ ਕਰਦੇ ਹਨ। ਹੋਰ ਲੀਡਰਾਂ ਦਾ ਮੰਨਣਾ ਹੈ ਕਿ ਅਗਵਾਈ ਦੀ ਸਮਰੱਥਾ ਸ਼ਖਸੀਅਤ ਉੱਤੇ ਨਿਰਭਰ ਕਰਦੀ ਹੈ। ਇਹ ਸੋਚ ਸੱਚ ਨਹੀਂ ਹੈ। ਇਹ ਸੈਸ਼ਨ ਇਸ ਗੱਲ ਉੱਤੇ ਜ਼ੋਰ ਦੇ ਕੇ ਖ਼ਤਮ ਹੁੰਦੀ ਹੈ ਕਿ ਲੀਡਰਾਂ ਨੂੰ ਲੋਕਾਂ ਨਾਲ ਵਿਵਹਾਰ ਵਿਅਕਤੀਗਤ ਰੂਪ ਵਿੱਚ ਕਰਨਾ ਚਾਹੀਦਾ ਹੈ। ਪ੍ਰਧਾਨਗੀ ਟ੍ਰੇਨਿੰਗ ਵਿਅਕਤੀ ਦੀ ਜ਼ਰੂਰਤ ਸੰਬੰਧੀ ਸੰਬੋਧਿਤ ਹੋਣੀ ਚਾਹੀਦੀ ਹੈ।

ਪ੍ਰਸ਼ੰਸਾ

ਤਰੱਕੀ

ਸਮੱਸਿਆ

ਯੋਜਨਾ

ਸਮਿਖਿਅਕ

ਸਵਾਗਤਮ

ਗਿਰਜਾ ਘਰ ਕੌਣ ਬਣਾਉਂਦਾ ਹੈ?
ਉਹ ਮਹੱਤਵਪੂਰਣ ਕਿਉਂ ਹੈ?
ਯਿਸੂ ਨੇ ਆਪਣੇ ਗਿਰਜਾ ਘਰ ਕਿਵੇਂ ਬਨਾਏ?

–1 ਕੋਰਿੰਥਿੰਸ 11:1–ਤੁਸੀ ਲੋਕ ਮੇਰੀ ਨਕਲ ਕਰੋ, ਜਿਸ ਤਰ੍ਹਾਂ ਮੈਂ ਮਸੀਹ ਦੀ ਨਕਲ ਕਰਦਾ ਹਾਂ।

ਯਸਿੂ ਦੀ ਤਰ੍ਹਾਂ ਸਖਿਾਓ:

ਯਿਸੂ ਨੇ ਲੀਡਰਾਂ ਨੂੰ ਕਿਵੇਂ ਸਿੱਖਾਇਆ?

–ਲਿਊਕ 6:40–ਚੇਲਾ ਗੁਰੂ ਤੋਂ ਵੱਡਾ ਨਹੀਂ ਹੁੰਦਾ। ਪੂਰੀ-ਪੂਰੀ ਸਿੱਖਿਆ ਪ੍ਰਾਪਤ ਕਰਨ ਤੋਂ ਬਾਅਦ ਉਹ ਆਪਣੇ ਗੁਰੂ ਵਰਗਾ ਬਣ ਸਕਦਾ ਹੈ।

ਯਸ਼ੂ ਦੀ ਤਰ੍ਹਾਂ ਅਗਵਾਈ ਕਰੋ

ਯਿਸੂ ਕਿਸਨੂੰ ਮਹਾਨ ਲੀਡਰ ਕਹਿਣਗੇ?

ਇੱਕ ਮਹਾਨ ਲੀਡਰ ਦੀਆਂ ਸੱਤ ਵਿਸ਼ੇਸ਼ਤਾਵਾਂ ਕੀ ਹਨ?

–ਜਾਨ 13:14-15–"ਹੁਣ ਤਕ - ਜੇਕਰ ਮੈਂ, ਤੁਹਾਡੇ ਪ੍ਰਭੂ ਅਤੇ ਗੁਰੂ ਨੇ ਤੁਹਾਡੇ ਪੈਰ ਧੋਏ ਹਨ ਤਾਂ ਤੁਹਾਨੂੰ ਵੀ ਇੱਕ ਦੂਸਰੇ ਦੇ ਪੈਰ ਧੋਣੇ ਚਾਹੀਦੇ ਹਨ। ਮੈਂ ਤੁਹਾਨੂੰ ਉਦਾਹਰਣ ਦਿੱਤਾ ਹੈ, ਕਿ ਤੁਹਾਨੂੰ ਉਹੀ ਕਰਨਾ ਚਾਹੀਦਾ ਹੈ, ਜਿਵੇਂ ਮੈਂ ਤੁਹਾਡੇ ਲਈ ਕੀਤਾ ਹੈ।"

ਪਰਮਾਤਮਾ ਨੇ ਤੁਹਾਨੂੰ ਕਿਸ ਤਰ੍ਹਾਂ ਦਾ ਸ਼ਖਸੀਅਤ ਦਿੱਤੀ ਹੈ?

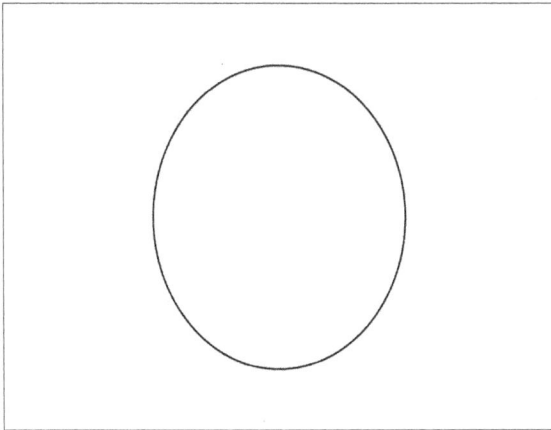

ਕਿਸ ਤਰਾਂ ਦੀ ਸ਼ਖਸ਼ੀਅਤ ਦੀ ਕਿਸਮ ਨੂੰ ਪਰਮਾਤਮਾ ਸਭ ਤੋਂ ਪਿਆਰ ਕਰਦਾ ਹੈ?

ਕਿਸ ਤਰਾਂ ਦੀ ਸ਼ਖਸੀਅਤ ਦੀ ਕਿਸਮ ਲੀਡਰ ਨੂੰ ਸਰਬੋਤਮ ਬਣਾਉਂਦੀ ਹੈ?

ਯਾਦਾਸ਼ਤ ਪਦ

—ਰੋਮਨੇ 12:4-5—
ਜਿਸ ਤਰ੍ਹਾਂ ਸਾਡੇ ਇੱਕ ਸਰੀਰ ਵਿੱਚ ਕਈ ਅੰਗ ਹੁੰਦੇ ਹਨ ਅਤੇ ਸਭ ਲੋਕਾਂ ਦਾ ਕਾਰਜ ਇੱਕ ਨਹੀਂ ਹੁੰਦਾ, ਉਸੀ ਪ੍ਰਕਾਰ ਅਸੀਂ ਅਨੇਕ ਹੁੰਦੇ ਹੋਏ ਵੀ ਮਸੀਹ ਵਿੱਚ ਇੱਕ ਹੀ ਸਰੀਰ ਅਤੇ ਇੱਕ ਦੂਸਰੇ ਦੇ ਅੰਗ ਹੁੰਦੇ ਹਨ।

ਅਭਿਆਸ

ਸਮਾਪਤ

ਅਮਰੀਕੀ ਚੀਜਬਰਗਰ

5

ਏਕੇ ਵਿੱਚ ਬਲ

ਲੀਡਰ ਨੇ ਪਿਛਲੇ ਸਬਕ ਵਿੱਚ ਉਨ੍ਹਾਂ ਦੇ ਸ਼ਖਸੀਅਤ ਦੀ ਖੋਜ ਕੀਤੀ। "ਏਕੇ ਵਿੱਚ ਬਲ" ਇਹ ਦਸਦਾ ਹੈ ਕਿ ਲੀਡਰ ਦੀ ਸ਼ਖਸੀਅਤ ਕਿਸ ਪ੍ਰਕਾਰ ਦੂਜੀਆ ਨਾਲ ਮੇਲ ਖਾਂਦੀ ਹੈ। ਇਸ ਸੰਸਾਰ ਵਿੱਚ ਲੋਕਾਂ ਵਿੱਚ ਅੱਠ ਤਰ੍ਹਾਂ ਦੀ ਸ਼ਖਸੀਅਤ ਕਿਉਂ ਹੈ? ਕੁੱਝ ਕਹਿੰਦੇ ਹਨ ਨੋਆ (noah) ਦੇ ਸੰਦੂਕ ਵਿੱਚ ਅੱਠ ਲੋਕ ਸਨ, ਜਦ ਕਿ ਕੁੱਝ ਕਹਿੰਦੇ ਹਨ ਕਿ ਪਰਮਾਤਮਾ ਨੇ ਹਰ ਸਥਾਨ ਉੱਤੇ ਤਰ੍ਹਾਂ ਤਰ੍ਹਾਂ ਦੀਆ ਸ਼ਖਸੀਅਤਾ ਬਨਾਇਆ ਹਨ ਉਤਰ, ਉਤਰ - ਪੂਰਵ, ਪੂਰਵ ਆਦਿ। ਅਸੀ ਕਾਰਨ ਆਸਾਨੀ ਨਾਲ ਸੱਮਝ ਸੱਕਦੇ ਹਾਂ। ਸੰਸਾਰ ਵਿੱਚ ਅੱਠ ਤਰ੍ਹਾਂ ਦੀਆ ਸ਼ਖਸੀਅਤਾ ਹਨ ਕਿਉਂਕਿ ਪਰਮਾਤਮਾ ਨੇ ਉਨ੍ਹਾਂ ਨੂੰ ਆਪਣੀ ਕਲਪਨਾਵਾਂ ਵਿੱਚ ਅਜਿਹਾ ਬਣਾਇਆ ਹੈ। ਬਾਈਬਲ ਦੇ ਅਨੁਸਾਰ ਜੇਕਰ ਤੁਸੀ ਜਾਨਣਾ ਚਾਹੁੰਦੇ ਹੋ ਕਿ ਪਰਮਾਤਮਾ ਕਿਹੋ ਜੇ ਦਿਖਦੇ ਹਨ ਤਾਂ ਯਿਸੁ ਨੂੰ ਵੇਖ ਲਵੋ। ਇਸ ਸੰਸਾਰ ਵਿੱਚ ਸ਼ਖਸੀਅਤ ਦੇ ਅੱਠ ਪ੍ਰਕਾਰ ਯਿਸੁ ਦੀਆ ਅੱਠ ਤਸਵੀਰਾ ਹਨ।

ਯਿਸੁ ਫੌਜੀ ਦੀ ਤਰ੍ਹਾਂ ਹਨ - ਪਰਮਾਤਮਾ ਦੀ ਫੌਜ ਦੇ ਸੇਨਾ-ਪਤੀ। ਉਹ ਖੋਜੀ ਦੀ ਤਰ੍ਹਾਂ ਹਨ - ਗੁਆਚੇ ਹੋਏ ਨੂੰ ਲੱਭਣ ਅਤੇ ਬਚਾਉਣ ਵਾਲੇ। ਉਹ ਚਰਵਾਹੇ ਦੀ ਤਰ੍ਹਾਂ ਹਨ - ਆਪਣੇ ਸਾਥੀ ਨੂੰ ਭੋਜਨ, ਪਾਣੀ ਅਤੇ ਘਰ ਦੇਣ ਵਾਲੇ। ਯਿਸੁ ਬੀਜ ਬੋਣ ਵਾਲੇ ਵਾਂਗੂ ਹਨ, ਪਰਮਾਤਮਾ ਦੀਆ ਗੱਲਾਂ ਸਾਡੇ ਅੰਦਰ ਬੀਜਦੇ ਹਨ। ਉਹ ਪੁੱਤ ਹਨ - ਪਰਮਾਤਮਾ ਉਨ੍ਹਾਂ ਨੂੰ ਆਪਣਾ ਪ੍ਰੇਮੀ ਕਹਿੰਦੇ ਹਨ ਅਤੇ ਸਾਨੂੰ ਉਨ੍ਹਾਂ ਦੀਆ ਗਲਾਂ ਸੁਣਨ ਨੂੰ ਕਹਿੰਦੇ ਹਨ। ਯਿਸੁ ਇੱਕ ਰਖਿਅਕ ਹਨ ਅਤੇ ਸਾਨੂੰ ਸੰਤ ਬਣਕੇ ਉਨ੍ਹਾਂ ਨੂੰ ਦਰਸ਼ਾਉਣ ਨੂੰ ਪ੍ਰੇਰਿਤ ਕਰਦੇ ਹਨ। ਉਹ ਇੱਕ ਸੇਵਕ ਹਨ - ਮਰਦੇ ਦਮ ਤੱਕ ਆਪਣੇ ਪਿਤਾ ਦੀ ਆਗਿਆ ਦਾ ਪਾਲਣ ਕਰਣ ਵਾਲੇ। ਅੰਤ ਵਿੱਚ ਯਿਸੁ ਇੱਕ ਖਜਾਨਚੀ ਹੈ। ਜੋ ਕਿ ਸਮਾਂ, ਸੰਪਥੀ ਅਤੇ ਲੋਕਾਂ ਦੇ ਪ੍ਰਬੰਧਕ ਹਨ।

ਹਰ ਲੀਡਰ ਦੀ ਇਹ ਜ਼ਿੰਮੇਦਾਰੀ ਹੁੰਦੀ ਹੈ ਕਿ ਉਹ ਲੋਕਾਂ ਦਾ ਇਕੱਠੇ ਕੰਮ ਕਰਨ ਵਿੱਚ ਮਦਦ ਕਰਣ। ਝਗੜੇ ਲਾਜ਼ਮੀ ਰੂਪ ਨਾਲ ਵੱਖ ਸ਼ਖਸੀਅਤ ਦੇ ਵਿੱਚ ਹੁੰਦੇ ਹਨ ਕਿਉਂਕਿ ਉਹ ਇਸ ਸੰਸਾਰ ਨੂੰ ਵੱਖ - ਵੱਖ ਰੂਪ ਤੋਂ ਵੇਖਦੇ ਹਨ। ਸਭ ਤੋ ਆਮ ਦੋ ਤਰੀਕੇ ਨਾਲ ਲੋਕ ਝਗੜੋਂ ਤੋਂ ਨਿਪਟਾਰਾ ਕਰਦੇ ਹਨ, ਜਾਂ ਤਾਂ ਲੜਦੇ ਹਨ ਜਾਂ ਭਜ ਜਾਂਦੇ ਹਨ। ਝਗੜੇ ਤੋ ਨਿੱਬੜਨ ਦਾ ਤੀਸਰਾ ਰਸਤਾ ਹੈ, ਜੋ ਕਿ ਪਰਮਾਤਮਾ ਤੋ ਪ੍ਰੇਰਿਤ ਹੈ, ਜਿਸਦੇ ਅਨੁਸਾਰ ਇੱਕ ਅਜਿਹਾ ਹੱਲ ਲਭਣਾ ਜੋ ਕਿ ਹਰ ਸ਼ਖਸੀਅਤ ਦਾ ਸਨਮਾਨ ਰੱਖਦਾ ਹੋਵੇ। ਇਹ ਸੈਸ਼ਨ ਇੱਕ ਮੁਕਾਬਲੇ ਦੇ ਨਾਲ ਖ਼ਤਮ ਹੁੰਦਾ ਹੈ ਜੋ ਕਿ ਸੱਚ ਨੂੰ ਇੱਕ ਹਾਸ-ਰਸ ਰਸਤੇ ਤੋ ਦਿਖਾਂਦਾ ਹੈ। ਯਿਸੂ ਦੇ ਅੱਠ ਚਿੱਤਰ ਸਾਨੂੰ ਇਹ ਸਮਝਾਉਂਦੇ ਹਨ ਕਿ ਦੂਜੀਆ ਨੂੰ ਕਿਵੇਂ ਪਿਆਰ ਕੀਤਾ ਜਾਂਦਾ ਹੈ। ਇਹ ਯਿਸੂ ਦੇ ਸਾਰੇ ਚੇਲਿਆ ਦਾ ਕੰਮ ਹੈ।

ਪ੍ਰਸ਼ੰਸਾ

ਵਿਕਾਸ

ਸਮੱਸਿਆ

ਯੋਜਨਾ

ਸਮੀਖਿਆ

ਸਵਾਗਤਮ

ਗਿਰਜਾ ਘਰ ਕੌਣ ਬਣਾਉਂਦਾ ਹੈ?
ਉਹ ਮਹੱਤਵਪੂਰਣ ਕਿਉਂ ਹੈ?
ਯਿਸੂ ਨੇ ਆਪਣੇ ਗਿਰਜਾ ਘਰ ਕਿਵੇਂ ਬਨਾਏ?

–1 ਕੋਰਿੰਥਿੰਸ 11:1–ਤੁਸੀ ਲੋਕ ਮੇਰੀ ਨਕਲ ਕਰੋ, ਜਿਸ ਤਰ੍ਹਾਂ ਮੈਂ ਮਸੀਹ ਦੀ ਨਕਲ ਕਰਦਾ ਹਾਂ।

ਯਸ਼ੁ ਦੀ ਤਰ੍ਹਾਂ ਟ੍ਰੇਨ ਕਰੋ

ਯਿਸੂ ਨੇ ਲੀਡਰ ਨੂੰ ਕਿਵੇਂ ਅਧਿਆਪਨ ਦਿੱਤਾ?

–ਲਿਊਕ 6:40–ਚੇਲਾ ਗੁਰੂ ਤੋਂ ਵੱਡਾ ਨਹੀਂ ਹੁੰਦਾ। ਪੂਰੀ - ਪੂਰੀ ਸਿੱਖਿਆ ਪ੍ਰਾਪਤ ਕਰਣ ਦੇ ਬਾਅਦ ਉਹ ਆਪਣੇ ਗੁਰੂ - ਵਰਗਾ ਬੰਨ ਸਕਦਾ ਹੈ।

ਯਸ਼ੁ ਦੀ ਤਰ੍ਹਾਂ ਅਗਵਾਈ ਕਰੋ

ਯਿਸੂ ਕਿਸਨੂੰ ਮਹਾਨ ਲੀਡਰ ਕਹਿਣਗੇ?

ਇੱਕ ਮਹਾਨ ਲੀਡਰ ਦੀਆਂ ਸੱਤ ਵਿਸ਼ੇਸ਼ਤਾਵਾਂ ਕੀ ਹਨ?

–ਜਾਨ 13:14-15–"ਹੁਣ ਤਕ - ਜੇਕਰ ਮੈਂ, ਤੁਹਾਡੇ ਪ੍ਰਭੂ ਅਤੇ ਗੁਰੂ ਨੇ ਤੁਹਾਡੇ ਪੈਰ ਧੋਏ ਹਨ ਤਾਂ ਤੁਹਾਨੂੰ ਵੀ ਇੱਕ ਦੂਸਰੇ ਦੇ ਪੈਰ ਧੋਣੇ ਚਾਹੀਦੇ ਹਨ। ਮੈਂ ਤੁਹਾਨੂੰ ਉਦਾਹਰਣ ਦਿੱਤਾ ਹੈ, ਕਿ ਤੁਹਾਨੂੰ ਉਹੀ ਕਰਨਾ ਚਾਹੀਦਾ ਹੈ, ਜਿਵੇਂ ਮੈਂ ਤੁਹਾਡੇ ਲਈ ਕੀਤਾ ਹੈ। "

ਤਾਕਤਵਰ ਬਣੋ

ਰੱਬ ਨੇ ਤੁਹਾਨੂ ਕਿਹੜੀ ਸ਼ਖਸੀਅਤ ਦਿੱਤੀ ਹੈ?

ਰੱਬ ਨੂੰ ਕਿਸ ਪ੍ਰਕਾਰ ਦਾ ਸ਼ਖਸੀਅਤ ਸਭਤੋਂ ਜ਼ਿਆਦਾ ਪਸੰਦ ਹੈ?

ਕਿਸ ਪ੍ਰਕਾਰ ਦੀ ਸ਼ਖਸੀਅਤ ਸੱਬ ਤੋਂ ਉੱਤਮ ਲੀਡਰ ਬਣਦਾ ਹੈ?

–ਰੋਮਨਸ 12:4-5–ਜਿਸ ਤਰ੍ਹਾਂ ਸਾਡੇ ਇੱਕ ਸਰੀਰ ਵਿੱਚ ਅਨੇਕ ਅੰਗ ਹੁੰਦੇ ਹਨ ਅਤੇ ਸਭ ਲੋਕਾਂ ਦਾ ਕਾਰਜ ਇੱਕ ਨਹੀਂ ਹੁੰਦਾ। ਉਸੀ ਪ੍ਰਕਾਰ ਅਸੀ ਅਨੇਕ ਹੁੰਦੇ ਹੋਏ ਵੀ ਮਸੀਹ ਵਿੱਚ ਇੱਕ ਹੀ ਸਰੀਰ ਅਤੇ ਇੱਕ ਦੂੱਜੇ ਦੇ ਅੰਗ ਹੁੰਦੇ ਹਾਂ।

ਇਸ ਸੰਸਾਰ ਵਿੱਚ ਅੱਠ ਤਰ੍ਹਾਂ ਦੇ ਲੋਕ ਕਿਉਂ ਹਨ?

–ਜੀਨਿਸਿਸ 1:26–

ਤੱਦ ਪਰਮਾਤਮਾ ਨੇ ਕਿਹਾ, ਸਾਨੂੰ ਇਨਸਾਨ ਨੂੰ ਸਾਡੀ ਕਲਪਨਾ ਵਿੱਚ, ਸਾਡੀ ਪਸੰਦ ਦਾ ਬਣਾਉਣਾ ਹੈ।

–ਕੋਲੋਸੀਅਨਸ 1:15–
ਯਿਸੁ ਅਦ੍ਰਿਸ਼ ਰੱਬ ਦੇ ਪ੍ਰਤਿਰੂਪ ਅਤੇ ਸਾਰੀ ਸ੍ਰਸ਼ਟਿ ਦੇ ਪਹਲੌਠੇ ਹਨ।

____

ਯਿਸੁ ਕਿਸਦੀ ਤਰ੍ਹਾਂ ਹਨ?

1. ______________________________

–ਮੈਥਯੂ 26:53–
ਕੀ ਤੁਸੀਂ ਇਹ ਸੱਮਝਦੇ ਹੋ ਕਿ ਮੈਂ ਆਪਣੇ ਪਿਤਾ ਤੋ ਸਹਾਇਤਾ ਨਹੀਂ ਮੰਗ ਸਕਦਾ? ਤੱਦ ਕਿ ਉਹ ਹੁਣੇ ਮੇਰੇ ਲਈ ਫਰਿਸ਼ਤਿਆਂ ਦੀਆਂ ਬਾਰਾਂ ਤੋ ਵੀ ਜਿਆਦਾ ਸੇਨਾਵਾਂ ਨਹੀਂ ਭੇਜ ਦੇਵੇਗਾ?

ਤਲਵਾਰ ਚੁੱਕੋ।

2. ______________________________

–ਲਿਊਕ 19:10–
ਜੋ ਖੋਹ ਗਿਆ ਸੀ, ਮਨੁੱਖ ਪੁੱਤ ਉਸੀ ਨੂੰ ਲੱਭਣ ਅਤੇ ਬਚਾਉਣ ਆਇਆ ਹੈ

ਤੁਸੀਂ ਹੱਥ ਨੂੰ ਅੱਖਾਂ ਦੇ ਉੱਤੇ ਰੱਖਕੇ ਏਧਰ - ਉੱਧਰ ਵੇਖੋ (ਜਿਵੇਂ ਤੁਸੀ ਕਿਸੇ ਨੂੰ ਲੱਭ ਰਹੇ ਹੋ)।

3. ____________________

—ਜਾਨ 10:11—
ਚੰਗਾ ਚਰਵਾਹਾ ਮੈਂ ਹਾਂ । ਭਲਾ ਚਰਵਾਹਾ ਆਪਣੀ ਭੇਡਾਂ ਲਈ ਆਪਣੇ ਪ੍ਰਾਣ ਦੇ ਦਿੰਦਾ ਹੈ ।

ਆਪਣੀ ਬਾਹਾਂ ਨੂੰ ਸ਼ਰੀਰ ਦੇ ਵੱਲ ਇਸ ਤਰ੍ਹਾਂ ਲੈ ਕੇ ਜਾਓ ਜਿਵੇਂ ਲੋਕਾਂ ਨੂੰ ਇਕੱਠਾ ਕਰ ਰਹੇ ਹੋਣ ।

4. ____________________

—ਮੈਥੀਊ 13:37—
ਈਸਾ ਨੇ ਉਨ੍ਹਾਂ ਨੂੰ ਜਵਾਬ ਦਿੱਤਾ, ਅੱਛੇ ਬੀਜ ਬੋਣ ਵਾਲੇ ਮਨੁੱਖ ਪੁੱਤ ਹਨ । (NAS)

ਆਪਣੇ ਹੱਥਾਂ ਤੋ ਬੀਜ ਬੋਵੋ ।

5. ____________________

—ਲਿਊਕ 9:35—
ਬੱਦਲ ਵਿੱਚੋਂ ਇਹ ਆਵਾਜ਼ ਆਈ, ਇਹ ਮੇਰਾ ਪੁੱਤ ਹੈ ਜਿਹਨੂੰ ਮੈਂ ਚੁਣਿਆ ਹੈ । ਇਸਦੀ ਸੁਣੋ ।

ਹੱਥ ਮੂੰਹ ਦੇ ਵੱਲ ਲੈ ਕੇ ਜਾਓ ਜਿਵੇ ਕਿ ਤੁਸੀ ਖਾ ਰਹੇ ਹੋ ।

6. ____

—ਮਾਰਕ 8:31—
ਉਸ ਸਮੇਂ ਤੋ ਈਸਾ ਆਪਣੇ ਚੇਲਿਆ ਨੂੰ ਸਪੱਸ਼ਟ ਸ਼ਬਦਾਂ ਵਿੱਚ ਇਹ ਸੱਮਝਾਉਣ ਲੱਗੇ ਕਿ ਮਨੁੱਖ ਪੁੱਤ ਨੂੰ ਬਹੁਤ ਦੁੱਖ ਚੁੱਕਣਾ ਹੋਵੇਗਾ; ਲੀਡਰਾਂ, ਅਧਿਆਪਕਾਂ ਅਤੇ ਅਤੇ ਸ਼ਾਸਤਰੀਆਂ ਦੁਆਰਾ ਠੁਕਰਾਇਆ ਜਾਣਾ, ਮਾਰ ਦਿਤਾ ਜਾਣਾ ਅਤੇ ਤਿੰਨ ਦਿਨ ਦੇ ਬਾਅਦ ਜੀ ਉੱਠਣਾ ਹੋਵੇਗਾ।

ਅਰਦਾਸ ਕਰਦੇ ਹੋਏ ਹੱਥ ਕਲਾਸਿਕ ਅਰਦਾਸ ਵਾਲੀ ਮੁੱਦਰਾ ਬਨਾਓ।

7. ____

—ਜਾਨ 13:14-15—
ਹੁਣ, ਜੇਕਰ ਮੈਂ - ਤੁਹਾਡੇ ਪ੍ਰਭੂ ਅਤੇ ਗੁਰੂ - ਨੇ ਤੁਹਾਡੇ ਪੈਰ ਧੋਤੇ ਹਨ ਤਾਂ ਤੈਨੂੰ ਵੀ ਇੱਕ ਦੂੱਜੇ ਦੇ ਪੈਰ ਧੋਣੇ ਚਾਹਿਦੇ ਹਨ। ਮੈਂ ਤੈਨੂੰ ਉਦਾਹਰਣ ਦਿੱਤਾ ਹੈ, ਜਿਸਦੇ ਤਰਾ ਮੈਂ ਤੁਹਾਡੇ ਨਾਲ ਕੀਤਾ ਉਹੋ ਜਿਹਾ ਹੀ ਤੁਸੀਂ ਵੀ ਕਰੋ।

ਹਥੋੜਾ ਘੁਮਾਓ।

8. ____

—ਲਿਊਕ 6:38—
ਦਵੋ ਅਤੇ ਤੈਨੂੰ ਵੀ ਦਿੱਤਾ ਜਾਵੇਗਾ। ਦਬਾ - ਦਬਾ ਕੇ, ਹਿਲਾ - ਹਿਲਾ ਕੇ ਭਰੀ ਹੋਈ, ਉੱਤੇ ਉੱਠੀ ਹੋਈ, ਪੂਰੀ - ਦੀ - ਪੂਰੀ ਮੇਚ ਤੁਹਾਡੀ ਗੋਦ ਵਿੱਚ ਪਾਈ ਜਾਵੇਗੀ; ਕਿਉਂਕਿ ਜਿਸ ਮੇਚ ਨਾਲ ਤੁਸੀਂ ਨਾਪਦੇ ਹੋ, ਉਸੀ ਨਾਲ ਤੁਹਾਡੇ ਲਈ ਵੀ ਨਾਪਿਆ ਜਾਵੇਗਾ।

ਆਪਣੇ ਕਮੀਜ ਦੀ ਜੇਬ ਜਾਂ ਬਟੂਏ ਤੋ ਰੂਪਏ ਕੱਢੋ।

ਝਗੜੇ ਦੇ ਸਮੇਂ ਸਾਡੇ ਕੋਲ ਕਿਹੜੇ ਤਿੰਨ ਵਿਕਲਪ ਹਨ?

1. ______________________________

✋ ਮੁੱਠੀਆਂ ਨੂੰ ਇਕੱਠੇ ਰੱਖੋ। ਉਨ੍ਹਾਂ ਨੂੰ ਇੱਕ ਦੂੱਜੇ ਤੋ ਦੂਰ ਲੈ ਜਾਓ ਅਤੇ ਆਪਣੀ ਪਿੱਠ ਦੇ ਪਿੱਛੇ ਕਰ ਲਵੋ।

2. ______________________________

✋ ਮੁੱਠੀਆਂ ਨੂੰ ਇਕੱਠੇ ਰੱਖੋ ਅਤੇ ਉਨ੍ਹਾਂ ਨੂੰ ਇਕੱਠੇ ਮਾਰੋ।

3. ______________________________

✋ ਮੁੱਠੀਆਂ ਨੂੰ ਇਕੱਠੇ ਰੱਖੋ, ਮੁੱਠੀਆਂ ਨੂੰ ਖੋਲ੍ਹੋ ਅਤੇ ਉਂਗਲੀਆਂ ਨੂੰ ਇੱਕ ਦੂੱਜੇ ਵਿੱਚ ਫਸਾ ਲਵੋ, ਹੱਥ ਮਿਲਾਓ ਜਿਵੇਂ ਕਿ ਉਹ ਇਕੱਠੇ ਕੰਮ ਕਰ ਰਹੇ ਹੋਣ।

ਯਾਦਾਸ਼ਤ ਪਦ

–ਗਲਾਤੀਅੰਸ 2:20–
ਮੈਂ ਹੁਣ ਜਿੰਦਾ ਨਹੀਂ ਰਿਹਾ, ਸਗੋਂ ਮਸੀਹ ਮੇਰੇ ਵਿੱਚ ਜਿੰਦਾ ਹੈ। ਹੁਣ ਮੈਂ ਆਪਣੇ ਸਰੀਰ ਵਿੱਚ ਜੋ ਜੀਵਨ ਜਿਓਂਦਾ ਹਾਂ, ਉਸਦਾ ਇੱਕਮਾਤਰ ਪ੍ਰੇਰਨਾ - ਸਰੋਤ ਹੈ - ਰੱਬ ਦੇ ਪੁੱਤ ਵਿੱਚ ਵਿਸ਼ਵਾਸ, ਜਿਨ੍ਹੇ ਮੈਨੂੰ ਪਿਆਰ ਕੀਤਾ ਅਤੇ ਮੇਰੇ ਲਈ ਆਪਣੇ ਨੂੰ ਅਰਪਿਤ ਕੀਤਾ।

ਅਭਿਆਸ

ਡਰਾਮਾ ਮੁਕਾਬਲਾ

ਇੱਕ ਆਮ ਸਵਾਲ

ਯਸ਼ੂ ਦੀ 8 ਤਸਵੀਰਾਂ ਅਤੇ ਆਤਮਕ ਤੋਹਫ਼ਿਆਂ ਵਿੱਚ ਕੀ ਅੰਤਰ ਹੈ?

6

ਈਸਾ-ਚਰਿਤ ਵੰਡ

ਜਦੋਂ ਤੱਕ ਲੋਕ ਈਸਾ-ਚਰਿਤ ਦੇ ਬਾਰੇ ਸੁਣਨਗੇ ਨਹੀਂ ਉਦੋਂ ਤੱਕ ਉਸ ਉੱਤੇ ਵਿਸ਼ਵਾਸ ਕਿਵੇਂ ਕਰਨਗੇ? ਬਦਕਿੱਸਮਤੀ ਨਾਲ, ਯਿਸੂ ਦੇ ਸਾਥੀ ਹਮੇਸ਼ਾ ਈਸਾ- ਚਰਿਤ ਨਹੀਂ ਵੰਡਦੇ ਤਾਂ ਕਿ ਲੋਕ ਉਹਨਾਂ ਦਾ ਵਿਸ਼ਵਾਸ ਕਰ ਸਕਣ। ਇਸਦਾ ਇੱਕ ਕਾਰਨ ਇਹ ਹੈ ਕਿ ਉਹਨਾਂ ਨੇ ਈਸਾ - ਚਰਿਤ ਵੰਡਣਾ ਕਦੇ ਸਿੱਖਿਆ ਹੀ ਨਹੀਂ, ਇਸੀ ਨਾਲ ਦੂਜਾ ਕਾਰਨ ਇਹ ਹੈ ਕਿ ਉਹ ਆਪਣੇ ਰੋਜਾਨਾਂ ਦੇ ਕੰਮਾਂ ਵਿੱਚ ਵਿਅਸਤ ਹੋ ਜਾਂਦੇ ਹਨ ਅਤੇ ਈਸਾ- ਚਰਿਤ ਵੰਡਣਾ ਭੁੱਲ ਜਾਂਦੇ ਹਨ। ਈਸਾ- ਚਰਿਤ ਵੰਡ ਦੇ ਇਸ ਪਾਠ ਵਿੱਚ ਲੀਡਰ ਨੂੰ ਇੱਕ "ਈਸਾ - ਚਰਿਤ ਕੰਗਣ" ਬਣਾਉਣਾ ਸਿਖਾਇਆ ਜਾਵੇਗਾ ਤਾਂ ਕਿ ਉਹ ਉਸਨੂੰ ਆਪਣੇ ਦੋਸਤਾਂ ਅਤੇ ਪਰਿਵਾਰ ਦੇ ਨਾਲ ਵੰਡ ਸਕਣ। ਇਹ ਕੰਗਣ ਸਾਨੂੰ ਦੂਸਰਿਆਂ ਦੇ ਨਾਲ ਮਿਲਕੇ ਈਸਾ - ਚਰਿਤ ਵੰਡਣਾ ਯਾਦ ਕਰਵਾਏਗਾ ਅਤੇ ਇਹ ਗੱਲਬਾਤ ਕਰਨ ਲਈ ਇੱਕ ਚੰਗਾ ਵਿਸ਼ਾ ਵੀ ਹੈ। ਕੰਗਣ ਦੇ ਰੰਗ ਸਾਨੂੰ ਯਾਦ ਦਿਵਾਉਂਦੇ ਹਨ ਕਿ ਈਸਾ - ਚਰਿਤ ਕਿਸ ਤਰ੍ਹਾਂ ਉਹਨਾਂ ਲੋਕਾਂ ਵਿੱਚ ਵੰਡੋ, ਜੋ ਪਰਮਾਤਮਾ ਨੂੰ ਖੋਜ ਰਹੇ ਹਨ।

ਈਸਾ - ਚਰਿਤ ਕੰਗਣ ਸਾਨੂੰ ਦੱਸਦਾ ਹੈ ਕਿ ਅਸੀ ਕਿਵੇਂ ਪਰਮਾਤਮਾ ਦੇ ਘਰੋਂ ਆਏ ਹਾਂ। ਸ਼ੁਰੂਆਤ ਵਿੱਚ ਸਿਰਫ ਪਰਮਾਤਮਾ ਸੀ - ਸੁਨਹਿਰਾ ਮੋਤੀ। ਉਸ ਪਵਿੱਤਰ ਆਤਮਾ ਨੇ ਆਕਾਸ਼ ਅਤੇ ਸਮੁੰਦਰ ਦੇ ਨਾਲ ਇੱਕ ਸੰਪੂਰਨ ਦੁਨੀਆ ਦੀ ਰਚਨਾ ਕੀਤੀ - ਨੀਲਾ ਮੋਤੀ। ਉਸਨੇ ਆਦਮੀ ਨੂੰ ਬਣਾਇਆ ਅਤੇ ਉਸਨੂੰ ਇੱਕ ਸੁੰਦਰ ਬਾਗੀਚੇ ਵਿੱਚ ਰੱਖਿਆ- ਹਰਾ ਮੋਤੀ। ਉਹ ਪਹਿਲਾਂ ਆਦਮੀ ਅਤੇ ਔਰਤ ਜਿੰਨਾ ਨੇ ਰੱਬ ਦੀ ਗੱਲ ਨਹੀਂ ਮੰਨੀ ਅਤੇ ਇਸ ਦੁਨੀਆ ਵਿੱਚ ਦੁੱਖ ਅਤੇ ਕਲੇਸ਼ ਲੈ ਆਏ - ਕਾਲ਼ਾ ਮੋਤੀ। ਪਰਮਾਤਮਾ ਨੇ ਦੁਨੀਆ ਵਿੱਚ ਆਪਣੇ ਏਕਲੌਤੇ ਪੁੱਤਰ ਨੂੰ ਭੇਜਿਆ ਅਤੇ ਉਹਨਾਂ ਨੇ ਇੱਕ ਪਰਿਪੂਰਣ

ਜੀਵਨ ਬਤੀਤ ਕੀਤਾ- ਚਿੱਟਾ ਮੋਤੀ। ਯਿਸੂ ਨੇ ਸੂਲੀ ਉੱਤੇ ਚੜ੍ਹਕੇ ਸਾਡੇ ਪਾਪਾਂ ਦਾ ਭੁਗਤਾਨ ਕੀਤਾ - ਲਾਲ ਮੋਤੀ।

ਈਸਾ-ਚਰਿਤ ਕੰਗਣ ਸਾਨੂੰ ਇਹ ਦੱਸਦਾ ਹੈ ਕਿ ਕਿਵੇਂ ਅਸੀ ਪਰਮਾਤਮਾ ਦੇ ਪਰਿਵਾਰ ਵਾਪਸ ਜਾ ਸਕਦੇ ਹਾਂ, ਉਸਦੇ ਹੁਕਮ ਨੂੰ ਸਹੀ ਮੰਨ ਕੇ। ਪਰਮਾਤਮਾ ਨੇ ਕਿਹਾ ਹਨ ਕਿ ਜੋ ਇਹ ਮੰਨਦੇ ਹਨ ਕਿ ਯਿਸੂ ਨੇ ਉਹਨਾਂ ਲਈ ਸੂਲੀ ਉੱਤੇ ਚੜ੍ਹ ਕੇ ਜਾਨ ਦਿੱਤੀ ਸੀ - ਲਾਲ ਮੋਤੀ ਅਤੇ ਯਿਸੂ ਰੱਬ ਦੇ ਪੁੱਤਰ ਹਨ - ਸਫੇਦ ਮੋਤੀ - ਉਹਨਾਂ ਨੂੰ ਆਪਣੇ ਪਾਪਾਂ ਤੋਂ ਮੁਕਤੀ ਮਿਲ ਗਈ ਹੈ - ਕਾਲ਼ਾ ਮੋਤੀ। ਪਰਮਾਤਮਾ ਸਾਨੂੰ ਵਾਪਸ ਆਪਣੇ ਪਰਿਵਾਰ ਵਿੱਚ ਬੁਲਾ ਲੈਣਗੇ ਅਤੇ ਉਹਨਾਂ ਦੇ ਪਰਿਵਾਰ ਵਿੱਚ ਅਸੀਂ ਯਿਸੂ ਦੀ ਤਰ੍ਹਾਂ ਵਧਾਂਗੇ - ਹਰਾ ਮੋਤੀ। ਪਰਮਾਤਮਾ ਸਾਨੂੰ ਆਪਣੀ ਪਵਿੱਤਰ ਆਤਮਾ ਦਿੰਦੇ ਹਨ - ਨੀਲਾ ਮੋਤੀ - ਅਤੇ ਵਾਅਦਾ ਕਰਦੇ ਹਨ ਕਿ ਅਸੀਂ ਮਰਨ ਤੋਂ ਬਾਅਦ ਉਹਨਾਂ ਦੇ ਨਾਲ ਸਵਰਗ ਵਿੱਚ ਹੋਵਾਂਗੇ, ਜਿੱਥੇ ਸੜਕਾਂ ਵੀ ਸੋਨੇ ਦੀਆਂ ਹੁੰਦੀਆਂ ਹਨ - ਸੁਨਹਿਰਾ ਮੋਤੀ।

ਇਹ ਪਾਠ ਸਮਾਪਤ ਹੁੰਦਾ ਦਰਸਾਉਂਦਾ ਹੈ ਕਿ ਯਿਸੂ ਹੀ ਰੱਬ ਤੱਕ ਜਾਣ ਦਾ ਇੱਕ ਮਾਤਰ ਰਸਤਾ ਹੈ। ਉਸਦੇ ਇਲਾਵਾ ਕੋਈ ਵੀ ਇਹਨਾਂ ਚਤੁਰ, ਇਹਨਾਂ ਚੰਗਾ ਜਾਂ ਇਹਨਾਂ ਤਾਕਤਵਰ ਜਾਂ ਇਹਨਾਂ ਪਿਆਰਾ ਨਹੀਂ ਹੈ ਕਿ ਆਪਣੇ ਆਪ ਪਰਮਾਤਮਾ ਨੂੰ ਪ੍ਰਾਪਤ ਕਰ ਸਕੇ। ਕੇਵਲ ਯਿਸੂ ਹੀ ਉਹ ਰਸਤਾ ਹੈ ਜਿਸ ਉੱਪਰ ਚੱਲਕੇ ਲੋਕ ਵਾਪਸ ਪਰਮਾਤਮਾ ਤੱਕ ਪਹੁੰਚ ਸਕਦੇ ਹਨ। ਯਿਸੂ ਦੇ ਸਿਧਾਤਾਂ ਪਰ ਚੱਲਣਾ ਹੀ ਉਹ ਸੱਚ ਹੈ ਜੋ ਕਿ ਲੋਕਾਂ ਨੂੰ ਉਹਨਾਂ ਦੇ ਪਾਪਾਂ ਤੋਂ ਮੁਕਤ ਕਰ ਦਿੰਦਾ ਹੈ। ਕੇਵਲ ਯਿਸੂ ਕਿਸੇ ਨੂੰ ਅਨੰਤ ਜੀਵਨ ਪ੍ਰਦਾਨ ਕਰ ਸਕਦੇ ਹਨ ਕਿਉਂਕਿ ਉਹਨਾਂ ਨੇ ਸੂਲੀ ਤੇ ਚੜ੍ਹਕੇ ਆਪਣੀ ਜਾਨ ਦਿੱਤੀ ਸੀ।

ਪ੍ਰਸ਼ੰਸਾ

ਤਰੱਕੀ

ਸਮੱਸਿਆ

ਯੋਜਨਾ

ਸਮੀਖਿਆ

ਸਵਾਗਤਮ

ਗਿਰਜਾ ਘਰ ਕੌਣ ਬਣਾਉਂਦਾ ਹੈ?
ਉਹ ਮਹੱਤਵਪੂਰਣ ਕਿਉਂ ਹੈ?
ਯਿਸੂ ਨੇ ਆਪਣੇ ਗਿਰਜਾ ਘਰ ਕਿਵੇਂ ਬਨਾਏ?

–1 ਕੋਰਿੰਥਿੰਸ 11:1–ਤੁਸੀ ਲੋਕ ਮੇਰੀ ਨਕਲ ਕਰੋ, ਜਿਸ ਤਰ੍ਹਾਂ ਮੈਂ ਮਸੀਹ ਦੀ ਨਕਲ ਕਰਦਾ ਹਾਂ ।

ਯਸ਼ਿੁ ਦੀ ਤਰ੍ਹਾਂ ਅਭਿਆਸ ਕਰੋ

ਯਿਸੂ ਨੇ ਕਿਵੇਂ ਲੀਡਰ ਨੂੰ ਅਭਿਆਸ ਕਰਾਇਆ?

–ਲਿਊਕ 6:40–"ਚੇਲਾ ਗੁਰੂ ਤੋਂ ਵੱਡਾ ਨਹੀਂ ਹੁੰਦਾ । ਪਰ ਹਰ ਕੋਈ ਪੂਰੀ ਸਿੱਖਿਆ ਪ੍ਰਾਪਤ ਕਰਨ ਤੋਂ ਬਾਅਦ ਆਪਣੇ ਗੁਰੂ - ਵਰਗਾ ਬਣ ਸਕਦਾ ਹੈ ।"

ਯਸ਼ਿੁ ਦੀ ਤਰ੍ਹਾਂ ਅਗਵਾਈ ਕਰੋ

ਯਿਸੂ ਮਹਾਨਤਮ ਲੀਡਰ ਕਿਸ ਨੂੰ ਕਹਿਣਗੇ?
ਇੱਕ ਮਹਾਨ ਲੀਡਰ ਦੀ ਸੱਤ ਵਿਸ਼ੇਸ਼ਤਾਵਾਂ ਕੀ ਹਨ?

–ਜਾਨ 13:14-15–ਹੁਣ, ਜੇਕਰ ਮੈਂ - ਤੁਹਾਡਾ ਪ੍ਰਭੂ ਅਤੇ ਗੁਰੂ - ਨੇ ਤੁਹਾਡੇ ਪੈਰ ਧੋਤੇ ਹਨ ਤਾਂ ਤੁਹਾਨੂ ਵੀ ਇੱਕ ਦੂੱਜੇ ਦੇ ਪੈਰ ਧੋਣੇ ਚਾਹਿਏ । ਮੈਂ ਤੁਹਾਨੂ ਉਦਾਹਰਣ ਦਿੱਤਾ ਹੈ, ਜਿਸ ਤਰ੍ਹਾਂ ਮੈਂ ਤੁਹਾਡੇ ਨਾਲ ਕੀਤਾ ਉਹੋ ਜਿਹਾ ਤੁਸੀਂ ਵੀ ਕੀਤਾ ਕਰੋ ।

ਤਾਕਤਵਰ ਬਣੋ

ਰੱਬ ਨੇ ਤੁਹਾਨੂ ਕਿਹੜੀ ਸ਼ਖਸੀਅਤ ਦਿੱਤੀ ਹੈ?
ਰੱਬ ਨੂੰ ਕਿਸ ਪ੍ਰਕਾਰ ਦਾ ਸ਼ਖਸੀਅਤ ਸਭਤੋਂ ਜ਼ਿਆਦਾ ਪਸੰਦ ਹੈ?
ਕਿਸ ਪ੍ਰਕਾਰ ਦੀ ਸ਼ਖਸੀਅਤ ਸੱਬ ਤੋਂ ਉੱਤਮ ਲੀਡਰ ਬਣਦਾ ਹੈ?

–ਰੋਮਨਸ 12:4-5–ਜਿਸ ਤਰ੍ਹਾਂ ਸਾਡੇ ਇੱਕ ਸਰੀਰ ਵਿੱਚ ਅਨੇਕ ਅੰਗ ਹੁੰਦੇ ਹਨ ਅਤੇ ਸਭ ਲੋਕਾਂ ਦਾ ਕਾਰਜ ਇੱਕ ਨਹੀਂ ਹੁੰਦਾ । ਉਸੀ ਪ੍ਰਕਾਰ ਅਸੀ ਅਨੇਕ ਹੁੰਦੇ ਹੋਏ ਵੀ ਮਸੀਹ ਵਿੱਚ ਇੱਕ ਹੀ ਸਰੀਰ ਅਤੇ ਇੱਕ ਦੂੱਜੇ ਦੇ ਅੰਗ ਹੁੰਦੇ ਹਾਂ ।

ਏਕਤਾ ਵਿੱਚ ਬਲ

ਦੁਨੀਆ ਵਿੱਚ ਅੱਠ ਪ੍ਰਕਾਰ ਦੇ ਲੋਕ ਕਿਉਂ ਹਨ?

ਯਿਸੂ ਕਿਸਦੀ ਤਰ੍ਹਾਂ ਹਨ?

ਕਲੇਸ਼ ਦੀ ਦਸ਼ਾ ਵਿੱਚ ਤਿੰਨ ਵਿਕਲਪ ਕੀ ਹਨ?

–ਗਲਾਤੀਅਨਸ 02:20–ਮੈਂ ਹੁਣ ਜਿੰਦਾ ਨਹੀਂ ਰਿਹਾ, ਸਗੋਂ ਮਸੀਹ ਮੇਰੇ ਵਿੱਚ ਜਿੰਦਾ ਹਨ। ਹੁਣ ਮੈਂ ਆਪਣੇ ਸਰੀਰ ਵਿੱਚ ਜੋ ਜੀਵਨ ਬਤੀਤ ਕਰਦਾ ਹਾਂ, ਉਸਦਾ ਇੱਕਮਾਤਰ ਪ੍ਰੇਰਨਾ ਸਰੋਤ ਹੈ- ਪਰਮਾਤਮਾ ਦੇ ਪੁੱਤਰ ਵਿੱਚ ਵਿਸ਼ਵਾਸ, ਜਿਨ੍ਹੇ ਮੈਨੂੰ ਪਿਆਰ ਕੀਤਾ ਅਤੇ ਮੇਰੇ ਲਈ ਆਪਣੇ ਨੂੰ ਅਰਪਿਤ ਕਰ ਦਿੱਤਾ।

ਮੈਂ ਸਰਲ ਈਸਾ-ਚਰਿਤ ਕਿਵੇਂ ਵੰਡ ਸਕਦਾ ਹਾਂ?

–ਲਿਊਕ 24:1-7–

ਹਫ਼ਤੇ ਦੇ ਪਹਿਲੇ ਦਿਨ, ਪਹੁ ਫੁਟਦੇ ਹੀ, ਔਰਤਾਂ ਤਿਆਰ ਕੀਤੇ ਹੋਏ ਸੁਗੰਧਿਤ ਪਦਾਰਥ ਲੈ ਕੇ ਕਬਰ ਦੇ ਕੋਲ ਗਈਆਂ। ਉਹਨਾਂ ਨੇ ਪੱਥਰ ਨੂੰ ਕਬਰ ਕੋਲੋਂ ਵੱਖ ਲੁੜਕਾਇਆ ਹੋਇਆ ਦੇਖਿਆ, ਪਰ ਅੰਦਰ ਜਾਣ ਉੱਤੇ ਉਹਨਾਂ ਨੂੰ ਪ੍ਰਭੂ ਈਸਾ ਦੀ ਅਰਥੀ ਨਹੀਂ ਮਿਲੀ। ਉਹ ਇਸ ਉੱਤੇ ਹੈਰਾਨੀ ਕਰ ਹੀ ਰਹੀਆਂ ਸਨ ਕਿ ਉਜਲੇ ਬਸੈਸ਼ਨ ਪਹਿਨ ਕੇ ਦੋ ਪੁਰਖ ਉਹਨਾਂ ਦੇ ਕੋਲ ਆ ਕੇ ਖੜ੍ਹੇ ਹੋ ਗਏ। ਇਸਤਰੀਆਂ ਨੇ ਡਰਦੇ ਹੋਏ ਧਰਤੀ ਦੇ ਵੱਲ ਸਿਰ ਝੁੱਕਾ ਲਿਆ। ਉਹਨਾਂ ਪੁਰਸ਼ਾਂ ਨੇ ਔਰਤਾਂ ਨੂੰ ਕਿਹਾ," ਤੁਸੀ ਲੋਕ ਜਿਉਂਦਿਆਂ ਨੂੰ ਮੁਰਦਿਆਂ ਵਿੱਚ ਕਿਉਂ ਲੱਭ ਰਹੀਆਂ ਹੋ? ਉਹ ਇੱਥੇ ਨਹੀਂ ਹਨ- ਉਹ ਜੀਅ ਉੱਠੇ ਹਨ। ਗਲੀਲਿਆ ਵਿੱਚ ਰਹਿੰਦੇ ਸਮੇਂ ਉਹਨਾਂ ਨੇ ਤੁਹਾਨੂੰ ਲੋਕਾਂ ਨੂੰ ਜੋ ਕਿਹਾ ਸੀ, ਉਹ ਯਾਦ ਕਰੋ। ਉਹਨਾਂ ਨੇ ਇਹ ਕਿਹਾ ਸੀ ਕਿ ਮਨੁੱਖ ਦੇ ਪੁੱਤ ਨੂੰ ਪਾਪੀਆਂ ਦੇ ਸਕ੍ਰਿਪਚਰਸਕਰਨਾ ਹੋਵੇਗਾ, ਕਰੂਸ ਉੱਤੇ ਚੜ੍ਹਾਇਆ ਜਾਣਾ ਅਤੇ ਤੀਸਰੇ ਦਿਨ ਜੀਅ ਉੱਠਣਾ ਪਵੇਗਾ।

ਸੁਨਹਿਰਾ ਮੋਤੀ

ਨੀਲਾ ਮੋਤੀ

ਹਰਾ ਮੋਤੀ

ਕਾਲਾ ਮੋਤੀ

ਚਿੱਟਾ ਮੋਤੀ

ਲਾਲ ਮੋਤੀ

ਲਾਲ ਮੋਤੀ

ਚਿੱਟਾ ਮੋਤੀ

ਕਾਲਾ ਮੋਤੀ

ਹਰਾ ਮੋਤੀ

ਨੀਲਾ ਮੋਤੀ

ਸੁਨਹਿਰਾ ਮੋਤੀ

ਸਾਨੂੰ ਯਿਸੂ ਦੀ ਮਦਦ ਦੀ ਕੀ ਲੋੜ ਹੈ?

1. ________________________________

–ਯਸ਼ਾਇਆਹ 55:9–
ਜਿਸ ਤਰ੍ਹਾਂ ਧਰਤੀ ਉੱਪਰ ਆਕਾਸ਼ ਬਹੁਤ ਉੱਚਾ ਹੈ, ਉਸੀ ਤਰ੍ਹਾਂ ਮੇਰਾ ਰਸਤਾ ਤੁਹਾਡੇ ਰਸਤੇ ਤੋਂ ਅਤੇ ਮੇਰੇ ਵਿਚਾਰ ਤੁਹਾਡੇ ਵਿਚਾਰਾਂ ਤੋਂ ਬਹੁਤ ਉੱਚੇ ਹਨ।

ਆਪਣੀ ਤਰਜਨੀ ਊਂਗਲੀ ਸਿਰ ਦੇ ਦੋਨਾਂ ਪਾਸੇ ਰੱਖੋ ਅਤੇ ਆਪਣਾ ਸਿਰ "ਨਹੀਂ" ਵਿੱਚ ਹਿਲਾਏ।

2. ________________________________

–ਯਸ਼ਾਇਆਹ 64:6–
ਅਸੀਂ ਸਾਰੇ ਹੀ ਅਪਵਿਤ੍ਰ ਹੋ ਗਏ ਅਤੇ ਸਾਡੇ ਕੁਲ ਧਾਰਮਿਕ ਕਾਰਜ ਗੰਦੇ ਕੱਪੜਿਆਂ ਵਰਗੇ ਹੋ ਗਏ ਸਨ। ਅਸੀਂ ਸਭ ਪੱਤਿਆਂ ਦੀ ਤਰ੍ਹਾਂ ਸੁੱਕ ਗਏ ਅਤੇ ਸਾਡੇ ਪਾਪ ਸਾਨੂੰ ਹਵਾ ਦੀ ਤਰ੍ਹਾਂ ਹਿਲਾਂਦੇ ਰਹੇ।

ਆਪਣੀ ਕਮੀਜ ਦੀ ਜੇਬ ਜਾਂ ਪਰਸ ਵਿੱਚੋ ਬਹੁਤ ਸਾਰੇ ਪੈਸੇ ਨਿਕਲਣ ਦਾ ਨਾਟਕ ਕਰੋ ਅਤੇ ਆਪਣਾ ਸਿਰ "ਨਹੀਂ"ਵਿੱਚ ਹਿਲਾਓ

3. ____

—ਰੋਮਨ 7:18—
ਮੈਂ ਜਾਣਦਾ ਹਾਂ ਕਿ ਮੇਰੇ ਵਿੱਚ, ਅਰਥਾਤ ਮੇਰੇ ਸਰੀਰਕ ਸੁਭਾਅ ਵਿੱਚ ਥੋੜ੍ਹੀ ਵੀ ਭਲਾਈ ਨਹੀਂ; ਕਿਉਂਕਿ ਭਲਾਈ ਕਰਣ ਦੀ ਇੱਛਾ ਤਾਂ ਮੇਰੇ ਵਿੱਚ ਮੌਜੂਦ ਹੈ, ਪਰ ਉਸਨੂੰ ਅਮਲ ਵਿੱਚ ਲਿਆਉਣ ਦੀ ਸ਼ਕਤੀ ਨਹੀਂ ਹੈ ।(HCSB)

✋ ਦੋਨੋਂ ਬਾਹਾਂ ਨੂੰ ਉੱਪਰ ਕਰਕੇ ਇੱਕ "ਮਜਬੂਤ ਆਦਮੀ" ਦੇ ਵਾਂਗ ਰੱਖੋ ਅਤੇ ਆਪਣਾ ਸਿਰ "ਨਹੀਂ" ਨਾਲ ਹਿਲਾਓ ।

4. ____

—ਰੋਮਨ 3:23—
ਕਿਉਂਕਿ ਸਭ ਨੇ ਪਾਪ ਕੀਤਾ ਅਤੇ ਸਭ ਪਰਮਾਤਮਾ ਦੀ ਵਡਿਆਈ ਵਲੋਂ ਖਾਲੀ ਕੀਤੇ ਗਏ ।

✋ ਹੱਥ ਇਸ ਤਰ੍ਹਾਂ ਬਾਹਰ ਰੱਖੋ ਜਿਵੇਂ ਕਿ ਤਰਾਜੂ ਸੰਭਾਲ ਰਹੇ ਹੋਵੋ ਅਤੇ ਉਹਨਾਂ ਨੂੰ ਉੱਪਰ ਨੀਚੇ ਕਰੋ ਅਤੇ ਆਪਣਾ ਸਿਰ "ਨਹੀਂ" ਵਿੱਚ ਹਿਲਾਓ ।

ਯਾਦਾਸ਼ਤ ਪਦ

—ਜਾਨ 14:6—
ਈਸਾ ਨੇ ਉਸਨੂੰ ਕਿਹਾ, "ਮੈਂ ਸੱਚ ਅਤੇ ਜੀਵਨ ਦਾ ਮਾਰਗ ਹਾਂ । ਮੇਰੇ ਵੱਲੋਂ ਹੋਏ ਬਿਨਾਂ ਕੋਈ ਪਿਤਾ ਦੇ ਕੋਲ ਨਹੀਂ ਆ ਸਕਦਾ ।"

ਅਭਿਆਸ

"ਹੁਣ ਅਸੀ ਯਿਸੂ ਦੇ ਅਧਿਆਪਨ ਦੇ ਢੰਗ ਦਾ ਇਸਤੇਮਾਲ ਕਰਾਂਗੇ ਜੋ ਅਸੀਂ ਅਗਵਾਈ ਪਾਠ ਵਿੱਚ ਸਿਖਿਆ ਸੀ।"

ਸਮਾਪਤੀ

ਟ੍ਰੇਨਰਸ ਨੂੰ ਟ੍ਰੇਨ ਕਰਨ ਦੀ ਤਾਕਤ

ਮੇਰੀ ਯਿਸੂ ਤੱਕ ਜਾਣ ਦੀ ਯੋਜਨਾ

7

ਚੇਲੇ ਬਣਾਓ

ਇੱਕ ਚੰਗੇ ਲੀਡਰ ਦੇ ਕੋਲ ਹਮੇਸ਼ਾ ਇੱਕ ਚੰਗੀ ਯੋਜਨਾ ਹੁੰਦੀ ਹੈ। ਲਿਊਕ ੧੦ ਵਿੱਚ ਯਿਸੂ ਨੇ ਆਪਣੇ ਚੇਲਿਆਂ ਨੂੰ ਉਨ੍ਹਾਂ ਦੇ ਮੰਤਰਾਲਿਆਂ ਲਈ ਇੱਕ ਸਰਲ, ਲੇਕਿਨ ਸ਼ਕਤੀਸ਼ਾਲੀ ਯੋਜਨਾ ਦਿੱਤੀ: ਆਪਣੇ ਦਿਲ ਨੂੰ ਤਿਆਰ ਕਰੋ, ਸ਼ਾਂਤ ਰੂਪੀ ਲੋਕਾਂ ਨੂੰ ਖੋਜੋ, ਚੰਗੀ ਖਬਰ ਵੰਡੋ, ਅਤੇ ਨਤੀਜੇਆਂ ਦਾ ਲੇਖਾ ਜੋਖਾ ਕਰੋ। ਯਿਸੂ ਨੇ ਸਾਨੂੰ ਪਾਲਣ ਕਰਣ ਲਈ ਇੱਕ ਚੰਗੀ ਯੋਜਨਾ ਦਿੱਤੀ ਹੈ।

ਚਾਹੇ ਅਸੀ ਮੰਤਰਾਲਾ ਇੱਕ ਗਿਰਜਾ ਘਰ ਵਿੱਚ ਸ਼ੁਰੂ ਕਰੀਏ, ਇੱਕ ਨਵੇਂ ਗਿਰਜਾ ਘਰ ਵਿੱਚ, ਜਾਂ ਇੱਕ ਛੋਟੇ ਸਮੂਹ ਵਿੱਚ, ਯਿਸੂ ਯੋਜਨਾ ਦੇ ਕਦਮ ਸਾਨੂੰ ਬੇਲੋੜੀਆਂ ਗਲਤੀਆਂ ਤੋਂ ਬਚਨ ਵਿੱਚ ਮਦਦ ਕਰਣਗੇ। ਇਹ ਪਾਠ ਲੀਡਰ ਨੂੰ ਇਹ ਸਿਖਾਂਦਾ ਹੈ ਕਿ ਕਿਵੇਂ ਦੂਸਰਿਆਂ ਨੂੰ ਉਨ੍ਹਾਂ ਦੀ ਨਿਜੀ ਯਿਸੂ ਯੋਜਨਾਵਾਂ ਲਈ ਅਧਿਆਪਨ ਦਿਓ। ਉਹ ਵੀ ਆਪਣੇ ਸਮੂਹ ਵਿੱਚ ਯਿਸੂ ਯੋਜਨਾ ਦੀ ਪੇਸ਼ਕਸ਼ ਲਈ ਕੰਮ ਕਰਣਾ ਸ਼ੁਰੂ ਕਰਣਗੇ।

ਪ੍ਰਸ਼ੰਸਾ

ਤਰੱਕੀ

ਸਮੱਸਿਆ

ਯੋਜਨਾ

ਸਮਿਖਿਆ

ਸਵਾਗਤਮ

ਗਿਰਜਾ ਘਰ ਕੌਣ ਬਣਾਉਂਦਾ ਹੈ?
ਉਹ ਮਹੱਤਵਪੂਰਣ ਕਿਉਂ ਹੈ?
ਯਿਸੂ ਨੇ ਆਪਣੇ ਗਿਰਜਾ ਘਰ ਕਿਵੇਂ ਬਨਾਏ?

–1 ਕੋਰਿੰਥਿੰਸ 11:1–ਤੁਸੀ ਲੋਕ ਮੇਰੀ ਨਕਲ ਕਰੋ, ਜਿਸ ਤਰ੍ਹਾਂ ਮੈਂ ਮਸੀਹ ਦੀ ਨਕਲ ਕਰਦਾ ਹਾਂ ।

ਯਸ਼ੁ ਦੀ ਤਰ੍ਹਾਂ ਟ੍ਰੇਨ ਕਰੋ

ਯਿਸੂ ਨੇ ਲੀਡਰ ਨੂੰ ਕਿਵੇਂ ਸਿਖਾਇਆ?

–ਲਿਊਕ 6:40–ਚੇਲਾ ਗੁਰੂ ਤੋਂ ਵੱਡਾ ਨਹੀਂ ਹੁੰਦਾ । ਪੂਰੀ - ਪੂਰੀ ਸਿੱਖਿਆ ਪ੍ਰਾਪਤ ਕਰਣ ਦੇ ਬਾਅਦ ਉਹ ਆਪਣੇ ਗੁਰੂ - ਵਰਗਾ ਬੰਨ ਸਕਦਾ ਹੈ ।

ਯਸ਼ੁ ਦੀ ਤਰ੍ਹਾਂ ਅਗਵਾਈ ਕਰੀਏ

ਯਿਸੂ ਮਹਾਨਤਮ ਲੀਡਰ ਕਿਸ ਨੂੰ ਕਹਿਣਗੇ? ✋
ਇੱਕ ਮਹਾਨ ਲੀਡਰ ਦੀ ਸੱਤ ਵਿਸ਼ੇਸ਼ਤਾਵਾਂ ਕੀ ਹਨ?

–ਜਾਨ 13:14-15–ਹੁਣ, ਜੇਕਰ ਮੈਂ - ਤੁਹਾਡਾ ਪ੍ਰਭੂ ਅਤੇ ਗੁਰੂ - ਨੇ ਤੁਹਾਡੇ ਪੈਰ ਧੋਤੇ ਹਨ ਤਾਂ ਤੁਹਾਨੂ ਵੀ ਇੱਕ ਦੂੱਜੇ ਦੇ ਪੈਰ ਧੋਣੇ ਚਾਹਿਏ । ਮੈਂ ਤੁਹਾਨੂ ਉਦਾਹਰਣ ਦਿੱਤਾ ਹੈ, ਜਿਸ ਤਰ੍ਹਾਂ ਮੈਂ ਤੁਹਾਡੇ ਨਾਲ ਕੀਤਾ ਉਹੋ ਜਿਹਾ ਤੁਸੀਂ ਵੀ ਕੀਤਾ ਕਰੋ ।

ਤਾਕਤਵਰ ਬਣੋ

ਰੱਬ ਨੇ ਤੁਹਾਨੂ ਕਿਹੜੀ ਸ਼ਖਸੀਅਤ ਦਿੱਤੀ ਹੈ?
ਰੱਬ ਨੂੰ ਕਿਸ ਪ੍ਰਕਾਰ ਦਾ ਸ਼ਖਸੀਅਤ ਸਭਤੋਂ ਜ਼ਿਆਦਾ ਪਸੰਦ ਹੈ?
ਕਿਸ ਪ੍ਰਕਾਰ ਦੀ ਸ਼ਖਸੀਅਤ ਸੱਬ ਤੋਂ ਉੱਤਮ ਲੀਡਰ ਬਣਦਾ ਹੈ?

–ਰੋਮਨਸ 12:4-5–ਜਿਸ ਤਰ੍ਹਾਂ ਸਾਡੇ ਇੱਕ ਸਰੀਰ ਵਿੱਚ ਅਨੇਕ ਅੰਗ ਹੁੰਦੇ ਹਨ ਅਤੇ ਸਭ ਲੋਕਾਂ ਦਾ ਕਾਰਜ ਇੱਕ ਨਹੀਂ ਹੁੰਦਾ। ਉਸੀ ਪ੍ਰਕਾਰ ਅਸੀ ਅਨੇਕ ਹੁੰਦੇ ਹੋਏ ਵੀ ਮਸੀਹ ਵਿੱਚ ਇੱਕ ਹੀ ਸਰੀਰ ਅਤੇ ਇੱਕ ਦੂੱਜੇ ਦੇ ਅੰਗ ਹੁੰਦੇ ਹਾਂ।

ਏਕਤਾ ਵਚਿ ਬਲ

ਦੁਨੀਆ ਵਿੱਚ ਅੱਠ ਪ੍ਰਕਾਰ ਦੇ ਲੋਕ ਕਿਉਂ ਹਨ?
ਯਿਸੂ ਕਿਸਦੀ ਤਰ੍ਹਾਂ ਹਨ?
ਕਲੇਸ਼ ਦੀ ਦਸ਼ਾ ਵਿੱਚ ਤਿੰਨ ਵਿਕਲਪ ਕੀ ਹਨ?

–ਗਲਾਤੀਇੰਸ 02:20–ਮੈਂ ਹੁਣ ਜਿੰਦਾ ਨਹੀਂ ਰਿਹਾ, ਸਗੋਂ ਮਸੀਹ ਮੇਰੇ ਵਿੱਚ ਜਿੰਦਾ ਹੈ

ਈਸਾ ਚਰਤਿ ਵੰਡੋ

ਮੈਂ ਕਿਵੇਂ ਸਰਲ ਈਸਾ ਚਰਿਤ ਵੰਡ ਸਕਦਾ ਹਾਂ?
ਸਾਨੂੰ ਯਿਸੂ ਦੀ ਮਦਦ ਦੀ ਕੀ ਲੋੜ ਹਨ?

–ਜਾਨ 14:6–ਈਸਾ ਨੇ ਉਸ ਨੂੰ ਕਿਹਾ, ਰਸਤਾ ਸੱਚ ਅਤੇ ਜੀਵਨ ਮੈਂ ਹਾਂ। ਮੇਰੇ ਵਲੋਂ ਹੋ ਕਰ ਗਏ ਬਿਨਾਂ ਕੋਈ ਪਿਤਾ ਦੇ ਕੋਲ ਨਹੀਂ ਆ ਸਕਦਾ।

ਯਿਸੂ ਦੀ ਯੋਜਨਾ ਵਿੱਚ ਪਹਿਲਾ ਕਦਮ ਕੀ ਹੈ?

–ਲਿਊਕ 10:1-4–
1ਇਸਦੇ ਬਾਅਦ ਪਰਮਾਤਮਾ ਨੇ ਹੋਰ ਚੰਗੇ ਚੇਲੇ ਨਿਯੁਕਤ ਕੀਤੇ ਅਤੇ
ਜਿਸ-ਜਿਸ ਨਗਰ ਅਤੇ ਪਿੰਡ ਵਿੱਚ ਉਹ ਆਪ ਜਾਣ ਵਾਲੇ ਸਨ, ਉੱਥੇ
ਦੋ- ਦੋ ਕਰਕੇ ਉਨ੍ਹਾਂ ਨੂੰ ਆਪਣੇ ਅੱਗੇ ਭੇਜਿਆ।
2ਉਹਨਾਂ ਨੇ ਉਨ੍ਹਾਂ ਨੂੰ ਕਿਹਾ,"ਫ਼ਸਲ ਤਾਂ ਬਹੁਤ ਹੈ, ਪਰ ਮਜਦੂਰ ਘੱਟ
ਹਨ; ਇਸ ਲਈ ਫ਼ਸਲ ਦੇ ਮਾਲਕ ਨੂੰ ਬੇਨਤੀ ਕਰੋ ਕਿ ਉਹ ਆਪਣੀ
ਫ਼ਸਲ ਕੱਟਣ ਲਈ ਮਜਦੂਰਾਂ ਨੂੰ ਭੇਜਣ।
3ਜਾਓ, ਮੈਂ ਤੈਨੂੰ ਬਘਿਆੜਾਂ ਦੇ ਵਿੱਚ ਭੇਡਾਂ ਦੀ ਤਰ੍ਹਾਂ ਭੇਜ ਰਿਹਾ ਹਾਂ।
4ਤੁਸੀਂ ਨਾ ਥੈਲਾ, ਨਾ ਝੋਲੀ ਅਤੇ ਨਾ ਜੁੱਤੇ, ਕੁਝ ਨਹੀਂ ਲੈਣਾ ਅਤੇ ਰਸਤੇ
ਵਿੱਚ ਕਿਸੇ ਨੂੰ ਨਮਸਕਾਰ ਨਾ ਕਰੋ।

ੴ ਮੇਰੇ ਉੱਤੇ ਝੁਕਾਵ ਰੱਖੋ ੴ

🖐 ਦੋਨਾਂ ਹੱਥਾਂ ਉੱਤੇ ਤਰਜਨੀ ਅਤੇ ਵਿਚਕਾਰਲੀਆਂ ਉਂਗਲੀਆਂ ਦਾ ਪ੍ਰਯੋਗ ਕਰਕੇ ਇਕੱਠੇ ਚਲੋ ।

ਜਿੱਥੇ ਯਿਸੁ ਕਾਰਜ ਕਰ ਰਹੇ ਹਨ ਉੱਥੇ ਜਾਓ (1)

🖐 ਇੱਕ ਹੱਥ ਦਿਲ ਉੱਤੇ ਰੱਖੋ ਅਤੇ "ਨਹੀਂ" ਵਿੱਚ ਸਿਰ ਹਿਲਾਓ ।

🖐 ਇੱਕ ਹੱਥ ਅੱਖਾਂ ਉੱਤੇ ਰੱਖੋ, ਖੱਬੇ ਅਤੇ ਸੱਜੇ ਪਾਸੇ ਭਾਲ ਕਰੋ ।

🖐 ਆਪਣੇ ਸਾਹਮਣੇ ਇੱਕ ਜਗ੍ਹਾ ਦੇ ਵੱਲ ਹੱਥ ਵਲੋਂ ਇਸ਼ਾਰਾ ਕਰੋ ਅਤੇ ਹਾਂ ਵਿੱਚ ਸਿਰ ਹਿਲਾਓ ।

🖐 ਪ੍ਰਸ਼ੰਸਾ ਵਿੱਚ ਹੱਥ ਉੱਤੇ ਚੁੱਕੋ ਅਤੇ ਫਿਰ ਹੱਥਾਂ ਨੂੰ ਆਪਣੇ ਦਿਲ ਦੇ ਨੇੜੇ ਲੈ ਜਾਓ ।

ਫਸਲ ਵਿੱਚੋਂ ਲੀਡਰਾਂ ਲਈ ਅਰਦਾਸ ਕਰੋ (2)

🖐 ਹੱਥ ਪੂਜਾ ਵਿੱਚ ਉੱਠੇ ਹੋਏ ।

🖐 ਹੱਥਾ ਦੀ ਹਥੇਲੀਆਂ ਨੂੰ ਬਾਹਰ ਵਲ ਰੱਖ ਕੇ ਚਿਹਰਾ ਚੱਕ ਲਵੋ, ਸਿਰ ਨੂੰ ਦੂਰ ਘੁਮਾ ਕੇ ਰੱਖੋ ।

🖐 ਪ੍ਰਾਪਤ ਕਰਨ ਦੇ ਲਈ ਹੱਥਾਂ ਨੂੰ ਇੱਕ ਕੱਪ ਵਾਂਗ ਬਣਾ ਲਵੋ

- ਅਰਦਾਸ ਵਿੱਚ ਹੱਥ ਜੋੜ ਲਵੋ ਅਤੇ ਸਨਮਾਨ ਦੇ ਪ੍ਰਤੀਕ ਵਿੱਚ ਹੱਥਾਂ ਨੂੰ ਮੱਥੇ ਦੇ ਕੋਲ ਉੱਚਾ ਕਰਕੇ ਰੱਖੋ ।

ਨਿਮਰਤਾ ਨਾਲ ਚੱਲੋ (3)

ਇੱਕ ਵੱਡਾ ਲੀਡਰ

- ਹੱਥ "ਅਰਦਾਸ" ਮੁੱਦਰਾ ਵਿੱਚ ਜੋੜੋ ਅਤੇ ਸਿਰ ਝੁਕਾਓ ।

ਪਰਮਾਤਮਾ ਉੱਤੇ ਨਿਰਭਰ ਰਹੋ, ਪੈਸੇ ਉੱਤੇ ਨਹੀਂ (4)

ਪੈਸਾ ਸ਼ਹਦਿ ਦੀ ਤਰ੍ਹਾਂ ਹੈ

- ਆਪਣੀ ਕਮੀਜ ਦੀ ਜੇਬ ਵਿਚੋ ਪੈਸੇ ਕੱਢਣ ਦਾ ਦਿਖਾਵਾ ਕਰੋ, 'ਨਾਂਹ' ਕਰਦੇ ਹੋਏ ਆਪਣਾ ਸਿਰ ਹਿਲਾਓ, ਅਤੇ ਫਿਰ ਸਵਰਗ ਦੇ ਵੱਲ ਇਸ਼ਾਰਾ ਕਰਦੇ ਹੋਏ 'ਹਾਂ' ਵਿਚ ਆਪਣਾ ਸਿਰ ਹਿਲਾਓ।

ਜਿੱਥੇ ਉਹ ਬੁਲਾ ਰਿਹਾ ਹੈ ਸਿੱਧੇ ਉੱਥੇ ਜਾਓ (4)

ਚੰਗਾ ਧਿਆਨ ਖਿੱਚਣਾ

- ਦੋਨਾਂ ਹੱਥਾਂ ਦੀਆਂ ਹਥੇਲੀਆਂ ਅਤੇ ਉਂਗਲੀਆਂ ਨੂੰ ਇੱਕਠੇ ਜੋੜੋ ਅਤੇ ਤੁਰੰਤ ਦੀ ਰਫ਼ਤਾਰ ਬਣਾਉ ।

ਯਾਦਾਸ਼ਤ ਪਦ

–ਲਿਊਕ 10:2–
ਉਸਨੇ ਨੇ ਉਹਨਾਂ ਨੂੰ ਕਿਹਾ, "ਫ਼ਸਲ ਤਾਂ ਬਹੁਤ ਹੈ, ਪਰ ਮਜਦੂਰ ਘੱਟ ਹਨ; ਇਸਲਈ ਫ਼ਸਲ ਦੇ ਮਾਲਕ ਨੂੰ ਬੇਨਤੀ ਕਰੋ ਕਿ ਉਹ ਆਪਣੀ ਫ਼ਸਲ ਦੀ ਕਟਾਈ ਮਜਦੂਰਾਂ ਨੂੰ ਭੇਜੇ।

ਅਭਿਆਸ

ਸਮਾਪਤੀ

ਮੇਰੀ ਯਿਸੂ ਯੋਜਨਾ

8

ਸਮੂਹ ਅਰੰਭ ਕਰੋ

ਲੀਡਰਾਂ ਨੇ ਯਿਸੂ ਯੋਜਨਾ ਦੇ ਪਾਲਣ ਕਰਨ ਲਈ ਆਪਣੇ ਆਪ ਨੂੰ ਦਿਲੋਂ ਤਿਆਰ ਕਰ ਲਿਆ। ਸਬਕ "ਸਮੂਹ ਅਰੰਭ ਕਰੋ" ਵਿੱਚ ਪੜਾਅ 2, 3 ਅਤੇ 4 ਸ਼ਾਮਿਲ ਹਨ। ਅਸੀ ਬੱਸ ਲਿਊਕ 10 ਦੇ ਯਿਸੂ ਯੋਜਨਾ ਦੇ ਸਿੱਧਾਤਾਂ ਦਾ ਪਾਲਣ ਕਰਕੇ ਮੰਤਰਾਲਾ ਅਤੇ ਮਿਸ਼ਨ ਦੀ ਕਈ ਗਲਤੀਆਂ ਤੋਂ ਬੱਚ ਸਕਦੇ ਹਾਂ। ਲੀਡਰ ਇਹਨਾਂ ਸਿਧਾਤਾਂ ਨੂੰ ਸਭਾ ਦੇ ਅੰਤ ਵਿੱਚ ਲਾਗੂ ਕਰਨ, ਜਦ ਉਹ ਆਪਣੀ ਨਿੱਜੀ "ਯਿਸੂ ਯੋਜਨਾ" ਭਰਨ।

ਦੂਜਾ ਪੜਾਅ ਸੰਬੰਧਾਂ ਨੂੰ ਵਿਕਸਿਤ ਕਰਨ ਦੇ ਬਾਰੇ ਹੈ। ਅਸੀ ਪਰਮਾਤਮਾ ਦੇ ਨਾਲ ਉੱਥੇ ਸ਼ਾਮਿਲ ਹੋ ਜਾਂਦੇ ਹਾਂ ਜਿੱਥੇ ਉਹ ਕੰਮ ਕਰ ਰਿਹਾ ਹੈ ਅਤੇ ਅਜਿਹੇ ਪ੍ਰਭਾਵਸ਼ਾਲੀ ਲੋਕਾਂ ਦੀ ਖੋਜ ਕਰਦੇ ਹਾਂ, ਜੋ ਸੁਨੇਹੇ ਲਈ ਉੱਤਰਦਾਈ ਹਨ। ਅਸੀ ਉਹਨਾਂ ਨੂੰ ਆਪਣੀ ਮੰਜ਼ੂਰੀ ਵਿਖਾਉਣ ਲਈ ਖਾਂਦੇ ਅਤੇ ਪੀਂਦੇ ਹਾਂ ਜੋ ਉਹ ਸਾਨੂੰ ਦਿੰਦੇ ਹਨ। ਅਸੀਂ ਇੱਕ ਦੋਸਤੀ ਵਲੋਂ ਹੋਰ ਦੂਜੇ ਪਾਸੇ ਨਹੀਂ ਜਾਂਦੇ, ਕਿਉਂਕਿ ਜੋ ਅਸੀਂ ਮੇਲ - ਮਿਲਾਪ ਦਾ ਉਪਦੇਸ਼ ਦੇ ਰਹੇ ਹਾਂ, ਇਸ ਤਰ੍ਹਾਂ ਕਰਨ ਨਾਲ ਉਸ ਸੁਨੇਹੇ ਦੀ ਬੇਇੱਜ਼ਤੀ ਹੁੰਦਾ ਹੈ।

ਤੀਸਰੇ ਪੜਾਅ ਵਿੱਚ ਅਸੀਂ ਚੰਗੀ ਖਬਰ ਵੰਡਦੇ ਹਾਂ। ਯਿਸੂ ਇੱਕ ਚਰਵਾਹਾ ਹਨ ਅਤੇ ਉਹ ਲੋਕਾਂ ਦੀ ਰੱਖਿਆ ਅਤੇ ਹਿਫਾਜ਼ਤ ਕਰਨਾ ਚਾਹੁੰਦੇ ਹਨ। ਇਸ ਪੜਾਅ ਵਿੱਚ, ਅਧਿਆਪਕ ਲੀਡਰਾਂ ਨੂੰ ਆਪਣੀ ਅਗਵਾਈ ਦੇ ਦੌਰਾਨ ਉਪਚਾਰ ਦੇ ਤਰੀਕੇ ਲੱਭਣ ਲਈ ਉਤਸ਼ਾਹਿਤ ਕਰਦੇ ਹਨ। ਜਦੋਂ ਤੱਕ ਲੋਕ ਇਹ ਨਹੀਂ ਜਾਣਦੇ ਕਿ ਤੁਸੀਂ ਹਿਫਾਜ਼ਤ ਕਰਦੇ ਹੋ ਉਦੋਂ ਤੱਕ ਉਹ ਇਸ ਗੱਲ ਦੀ ਪਰਵਾਹ ਨਹੀਂ ਕਰਦੇ ਕਿ ਤੁਸੀਂ ਕੀ ਜਾਣਦੇ ਹੋ। ਬੀਮਾਰ ਦਾ ਉਪਚਾਰ ਕਰਨਾ ਈਸਾ ਚਰਿਤ ਵੰਡਣ ਦੇ ਦਰਵਾਜੇ ਖੋਲਦਾ ਹੈ।

ਚੌਥੇ ਪੜਾਅ ਵਿੱਚ ਅਸੀਂ ਨਤੀਜੀਆਂ ਦਾ ਲੇਖਾ ਜੋਖਾ ਕਰਦੇ ਹੈ। ਲੋਕ ਕਿੰਨੇ ਗ੍ਰਹਿਣਸ਼ੀਲ ਹਨ? ਕੀ ਉਹ ਅਧਿਆਤਮਿਕ ਮਾਮਲਿਆਂ ਵਿੱਚ ਅਸਲ ਵਿੱਚ ਦਿਲਚਸਪੀ

ਰੱਖਦੇ ਹਨ ਜਾਂ ਉਹ ਕਿਸੀ ਹੋਰ ਕਾਰਨ ਕਰਕੇ ਜਿਵੇਂ ਪੈਸਾ, ਜੋ ਉਹਨਾਂ ਦੀ ਚਾਹਤ ਨੂੰ ਜਗਾਉਂਦਾ ਹੈ? ਜੇਕਰ ਲੋਕ ਪਰਤਾਵਾ ਕਰ ਰਹੇ ਹਨ, ਤਾਂ ਅਸੀ ਟਿਕਣਾ ਹੈ ਅਤੇ ਆਪਣਾ ਕਾਰਜ ਜਾਰੀ ਰੱਖਣਾ ਹੈ। ਜੇਕਰ ਲੋਕ ਪਰਤਾਵਾ ਨਹੀਂ ਕਰ ਰਹੇ, ਤਾਂ ਯਿਸੂ ਦਾ ਸਾਨੂੰ ਆਦੇਸ਼ ਹੈ ਕਿ ਉਹਨਾਂ ਨੂੰ ਛੱਡੋ ਅਤੇ ਕਿਤੇ ਹੋਰ ਸ਼ੁਰੂਆਤ ਕਰੋ।

ਪ੍ਰਸ਼ੰਸਾ

ਤਰੱਕੀ

ਸਮੱਸਿਆ

ਯੋਜਨਾ

ਸਮੀਖਿਆ

ਸਵਾਗਤਮ

ਗਿਰਜਾ ਘਰ ਕੌਣ ਬਣਾਉਂਦਾ ਹੈ?
ਉਹ ਮਹੱਤਵਪੂਰਣ ਕਿਉਂ ਹੈ?
ਯਿਸੂ ਨੇ ਆਪਣੇ ਗਿਰਜਾ ਘਰ ਕਿਵੇਂ ਬਨਾਏ?

—1 ਕੋਰਿੰਥਿੰਸ 11:1—ਤੁਸੀ ਲੋਕ ਮੇਰੀ ਨਕਲ ਕਰੋ, ਜਿਸ ਤਰ੍ਹਾਂ ਮੈਂ ਮਸੀਹ ਦੀ ਨਕਲ ਕਰਦਾ ਹਾਂ।

ਯਸਿੁ ਦੀ ਤਰ੍ਹਾਂ ਅਭਿਆਸ ਕਰੋ

ਯਿਸੂ ਨੇ ਕਿਵੇਂ ਲੀਡਰ ਨੂੰ ਅਭਿਆਸ ਕਰਾਇਆ?

—ਲਿਊਕ 6:40—"ਚੇਲਾ ਗੁਰੂ ਤੋਂ ਵੱਡਾ ਨਹੀਂ ਹੁੰਦਾ। ਪਰ ਹਰ ਕੋਈ ਪੂਰੀ ਸਿੱਖਿਆ ਪ੍ਰਾਪਤ ਕਰਨ ਤੋਂ ਬਾਅਦ ਆਪਣੇ ਗੁਰੂ - ਵਰਗਾ ਬਣ ਸਕਦਾ ਹੈ।"

ਯਸਿ਼ੂ ਦੀ ਤਰ੍ਹਾਂ ਅਗਵਾਈ ਕਰੋ

ਯਿਸੂ ਮਹਾਨਤਮ ਲੀਡਰ ਕਿਸ ਨੂੰ ਕਹਿਣਗੇ?

ਇੱਕ ਮਹਾਨ ਲੀਡਰ ਦੀ ਸੱਤ ਵਿਸ਼ੇਸ਼ਤਾਵਾਂ ਕੀ ਹਨ?

–ਜਾਨ 13:14-15–ਹੁਣ, ਜੇਕਰ ਮੈਂ - ਤੁਹਾਡਾ ਪ੍ਰਭੂ ਅਤੇ ਗੁਰੂ - ਨੇ ਤੁਹਾਡੇ ਪੈਰ ਧੋਤੇ ਹਨ ਤਾਂ ਤੁਹਾਨੂ ਵੀ ਇੱਕ ਦੂੱਜੇ ਦੇ ਪੈਰ ਧੋਣੇ ਚਾਹਿਏ। ਮੈਂ ਤੁਹਾਨੂ ਉਦਾਹਰਣ ਦਿੱਤਾ ਹੈ, ਜਿਸ ਤਰ੍ਹਾਂ ਮੈਂ ਤੁਹਾਡੇ ਨਾਲ ਕੀਤਾ ਉਹੋ ਜਿਹਾ ਤੁਸੀਂ ਵੀ ਕੀਤਾ ਕਰੋ।

ਤਾਕਤਵਰ ਬਣੋ

ਰੱਬ ਨੇ ਤੁਹਾਨੂ ਕਿਹੜੀ ਸ਼ਖਸੀਅਤ ਦਿੱਤੀ ਹੈ?

ਰੱਬ ਨੂੰ ਕਿਸ ਪ੍ਰਕਾਰ ਦਾ ਸ਼ਖਸੀਅਤ ਸਭਤੋਂ ਜ਼ਿਆਦਾ ਪਸੰਦ ਹੈ?

ਕਿਸ ਪ੍ਰਕਾਰ ਦੀ ਸ਼ਖਸੀਅਤ ਸੱਬ ਤੋਂ ਉੱਤਮ ਲੀਡਰ ਬਣਦਾ ਹੈ?

–ਰੋਮਨਸ 12:4-5–ਜਿਸ ਤਰ੍ਹਾਂ ਸਾਡੇ ਇੱਕ ਸਰੀਰ ਵਿੱਚ ਅਨੇਕ ਅੰਗ ਹੁੰਦੇ ਹਨ ਅਤੇ ਸਭ ਲੋਕਾਂ ਦਾ ਕਾਰਜ ਇੱਕ ਨਹੀਂ ਹੁੰਦਾ। ਉਸੀ ਪ੍ਰਕਾਰ ਅਸੀ ਅਨੇਕ ਹੁੰਦੇ ਹੋਏ ਵੀ ਮਸੀਹ ਵਿੱਚ ਇੱਕ ਹੀ ਸਰੀਰ ਅਤੇ ਇੱਕ ਦੂੱਜੇ ਦੇ ਅੰਗ ਹੁੰਦੇ ਹਾਂ।

ਏਕਤਾ ਵਚਿ ਬਲ

ਦੁਨੀਆ ਵਿੱਚ ਅੱਠ ਪ੍ਰਕਾਰ ਦੇ ਲੋਕ ਕਿਉਂ ਹਨ?

ਯਿਸੂ ਕਿਸਦੀ ਤਰ੍ਹਾਂ ਹਨ?

ਕਲੇਸ਼ ਦੀ ਦਸ਼ਾ ਵਿੱਚ ਤਿੰਨ ਵਿਕਲਪ ਕੀ ਹਨ?

–ਗਲਾਤੀਇੰਸ 02:20–ਮੈਂ ਹੁਣ ਜਿੰਦਾ ਨਹੀਂ ਰਿਹਾ, ਸਗੋਂ ਮਸੀਹ ਮੇਰੇ ਵਿੱਚ ਜਿੰਦਾ ਹੈ

ਈਸਾ ਚਰਤਿ ਵੰਡੋ

ਮੈਂ ਸਰਲ ਈਸਾ-ਚਰਿਤ ਕਿਵੇਂ ਵੰਡ ਸਕਦਾ ਹਾਂ?

ਸਾਨੂੰ ਯਿਸੂ ਦੀ ਮਦਦ ਦੀ ਕੀ ਲੋੜ ਹਨ?

–ਜਾਨ 14:6–ਈਸਾ ਨੇ ਉਸ ਨੂੰ ਕਿਹਾ, ਮੈਂ ਸੱਚ ਅਤੇ ਜੀਵਨ ਦਾ ਰਸਤਾ ਹਾਂ। ਮੇਰੇ ਵਲੋਂ ਹੋ ਕਰ ਗਏ ਬਿਨਾਂ ਕੋਈ ਪਿਤਾ ਦੇ ਕੋਲ ਨਹੀਂ ਆ ਸਕਦਾ।

ਚੇਲੇ ਬਣਾਓ

ਯਿਸੂ ਦੀ ਯੋਜਨਾ ਵਿੱਚ ਪਹਿਲਾ ਕਦਮ ਕੀ ਹੈ?

—ਲਿਊਕ 10:2-4—ਉਹਨਾਂ ਨੇ ਉਹਨਾਂ ਨੂੰ ਕਿਹਾ," ਫ਼ਸਲ ਤਾਂ ਬਹੁਤ ਭਰਪੂਰ ਮਾਤਰਾ ਵਿੱਚ ਹੈ, ਪਰ ਕੰਮ ਕਰਨ ਵਾਲੇ ਕਾਮੇ ਬਹੁਤ ਘੱਟ ਹਨ. ਇਸਲਈ ਫ਼ਸਲ ਦੇ ਮਾਲਿਕ ਨੂੰ ਬੇਨਤੀ ਕਰੋ ਕਿ ਉਹ ਆਪਣੀ ਫ਼ਸਲ ਦੇ ਖੇਤ ਵਿੱਚ ਕੰਮ ਕਰਨ ਵਾਲਿਆਂ ਨੂੰ ਭੇਜੇ।

ਯਿਸੂ ਦੀ ਯੋਜਨਾ ਵਿੱਚ ਦੂਜਾ ਕਦਮ ਕੀ ਹੈ?

—ਲਿਊਕ 10:5-8—
5ਜਦੋਂ ਤੁਸੀਂ ਘਰ ਵਿੱਚ ਪਰਵੇਸ਼ ਕਰਦੇ ਹੋ, ਸਭ ਤੋਂ ਪਹਿਲਾਂ ਕਹੋ, ਇਸ
ਘਰ ਵਿੱਚ ਸ਼ਾਂਤੀ ਹੋਵੇ।
6ਜੇਕਰ ਉੱਥੇ ਕੋਈ ਸ਼ਾਂਤੀ ਦੇ ਲਾਇਕ ਹੋਵੇਗਾ, ਤਾਂ ਉਸ ਉੱਤੇ ਤੁਹਾਡੀ
ਸ਼ਾਂਤੀ ਠਹਰੇਗੀ, ਜੇ ਨਹੀਂ ਤਾਂ ਉਹ ਤੁਹਾਡੇ ਕੋਲ ਪਰਤ ਆਵੇਗੀ।
7ਉਸ ਘਰ ਵਿੱਚ ਠਹਿਰੇ ਰਹੋ ਅਤੇ ਉਹੀ ਖਾਓ ਤੇ ਪੀਓ ਜੋ ਵੀ ਉਹ ਤੁਹਾਨੂੰ
ਖਾਣ-ਪੀਣ ਲਈ ਦੇਣ; ਕਿਉਂਕਿ ਮਜਦੂਰ ਨੂੰ ਮਜਦੂਰੀ ਦਾ ਅਧਿਕਾਰ ਹੈ।
ਕਦੇ ਵੀ ਘਰ ਤੋਂ ਘਰ ਦੀ ਇਧਰ ਉਧਰ ਤਬਦੀਲੀ ਨਾ ਕਰੋ।
8ਜਦੋਂ ਵੀ ਤੁਸੀਂ ਕਿਸੇ ਨਗਰ ਵਿੱਚ ਪ੍ਰਵੇਸ਼ ਕਰਦੇ ਹੋ ਅਤੇ ਨਗਰ ਵਾਸੀ
ਤੁਹਾਡਾ ਸਵਾਗਤ ਕਰਦੇ ਹਨ, ਉਹ ਖਾ ਲਵੋ ਜੋ ਵੀ ਉਹਨਾਂ ਨੇ ਤੁਹਾਡੇ
ਲਈ ਤਿਆਰ ਕੀਤਾ ਹੋਵੇ।

ਸ਼ਾਂਤਮਈ ਵਿਅਕਤੀ ਦੀ ਖੋਜ ਕਰੋ (5, 6)

ਆਪਣੇ ਹੱਥਾਂ ਨੂੰ ਇਸ ਤਰ੍ਹਾਂ ਇੱਕਠੇ ਪਕੜੋ, ਜਿਵੇਂ ਦੋਸਤ ਆਪਸ ਵਿੱਚ ਹੱਥ ਮਿਲਾਉਂਦੇ ਹਨ।

ਉਹੀ ਖਾਓ ਤੇ ਪੀਓ ਜੋ ਉਹਨਾਂ ਨੇ ਤੁਹਾਨੂੰ ਦਿੱਤਾ ਹੈ (7, 8)

ਖਾਣ ਅਤੇ ਪੀਣ ਦਾ ਦਿਖਾਵਾ ਕਰੋ। ਫਿਰ ਢਿੱਡ ਨੂੰ ਇਸਤਰ੍ਹਾਂ ਮਲੋਂ ਜਿਵੇਂ ਭੋਜਨ ਬਹੁਤ ਹੀ ਚੰਗਾ ਹੋਏ।

ਇੱਕ ਘਰ ਤੋਂ ਦੂੱਜੇ ਘਰ ਨਹੀਂ ਜਾਓ (7)

ਦੋਨਾਂ ਹੱਥਾਂ ਨਾਲ ਇੱਕ ਘਰ ਦੀ ਛੱਤ ਦੀ ਰੂਪ ਰੇਖਾ ਉਸਾਰੋ। ਫਿਰ ਘਰ ਨੂੰ ਕਈ ਥਾਵਾਂ ਤੇ ਲੈ ਜਾਓ ਅਤੇ ਸਿਰ ਹਿਲਾਓ "ਨਹੀਂ"

ਇੱਕ ਪਡਿ ਵਾਲਿਆਂ ਨੂੰ ਗੁੱਸਾ ਕਵਿੰ ਦਵਿਾਈਏ

ਯਿਸੂ ਯੋਜਨਾ ਦਾ ਤੀਸਰਾ ਕਦਮ ਕੀ ਹੈ? (7)

–ਲਿਊਕ 10:9–
ਉੱਥੇ ਦੇ ਰੋਗੀਆਂ ਨੂੰ ਰੋਗ ਮੁਕਤ ਕਰੋ ਅਤੇ ਉਹਨਾਂ ਨੂੰ ਕਹੋ, ਪਰਮਾਤਮਾ ਦਾ ਰਾਜ ਤੁਹਾਡੇ ਨੇੜੇ ਆ ਗਿਆ ਹੈ।

ਰੋਗੀਆਂ ਦਾ ਇਲਾਜ ਕਰੋ (9)

ਆਪਣੇ ਹੱਥ ਇਸ ਪ੍ਰਕਾਰ ਫੈਲਾਓ ਜਿਵੇਂ ਤੁਸੀ ਆਪਣੇ ਹੱਥ ਇੱਕ ਬੀਮਾਰ ਵਿਅਕਤੀ ਉੱਤੇ ਉਪਚਾਰ ਕਰਨ ਲਈ ਰੱਖ ਰਹੇ ਹੋ।

ਈਸਾ ਚਰਿਤ ਵੰਡੋ (9)

✋ ਹੱਥਾਂ ਨੂੰ ਮੂੰਹ ਦੇ ਨੇੜੇ ਇਸ ਪ੍ਰਕਾਰ ਰੱਖੋ ਜਿਵੇਂ ਤੁਸੀਂ ਭੋਂਪੂ ਫੜ ਰੱਖਿਆ ਹੈ।

☙ ਦੋ ਖੰਭਾਂ ਵਾਲਾ ਪੰਛੀ ☙

ਯਿਸੂ ਦੀ ਯੋਜਨਾ ਵਿੱਚ ਚੌਥਾ ਪੜਾਅ ਕੀ ਹੈ?

–ਲਿਊਕ 10:10-1–
ਪ੍ਰਤੂੰ ਜੇਕਰ ਤੁਸੀਂ ਕਿਸੇ ਨਗਰ ਵਿੱਚ ਪਰਵੇਸ਼ ਕਰਦੇ ਹੋ ਅਤੇ ਲੋਕ ਤੁਹਾਡਾ ਸਵਾਗਤ ਨਹੀਂ ਕਰਦੇ, ਤਾਂ ਉੱਥੇ ਦੇ ਬਾਜਾਰ ਵਿੱਚ ਜਾ ਕਰ ਕਹੋ, ਆਪਣੇ ਪੈਰਾਂ ਵਿੱਚ ਲੱਗੀ ਤੁਹਾਡੇ ਨਗਰ ਦੀ ਮਿੱਟੀ ਤੱਕ ਅਸੀ ਤੁਹਾਡੇ ਸਾਹਮਣੇ ਝਾੜ ਦਿੰਦੇ ਹਨ। ਉਦੋਂ ਵੀ ਇਹ ਜਾਣ ਲੈਯਾ ਕਿ ਪਰਮਾਤਮਾ ਦਾ ਰਾਜ ਆ ਗਿਆ ਹੈ।

ਲੇਖਾ ਜੋਖਾ ਕਰੀਏ ਕਿ ਉਹ ਕਿਵੇਂ ਪਰਤਾਵਾ ਕਰਦੇ ਹੈ (10, 11)

✋ ਹਥੇਲੀਆਂ ਨੂੰ ਇਸ ਪ੍ਰਕਾਰ ਅੱਗੇ ਰੱਖੋ ਜਿਵੇਂ ਤਰਾਜੂ ਦਾ ਸੰਤੁਲਨ ਕਰ ਰਹੇ ਹੋਵੋ। ਆਪਣੇ ਚਿਹਰੇ ਉੱਤੇ ਪ੍ਰਸ਼ਨ ਦਾ ਭਾਵ ਬਣਾਉਂਦੇ ਹੋਏ ਤਰਾਜੂ ਨੂੰ ਉੱਤੇ ਅਤੇ ਹੇਠਾਂ ਲੈ ਜਾਓ।

ਛੱਡ ਦਿਓ ਜੇਕਰ ਉਹ ਪਰਤਾਵਾ ਨਹੀਂ ਕਰਦੇ (11)

🖐 ਹੱਥ ਹਿਲਾ ਕੇ ਉਹਨਾਂ ਨੂੰ ਅਲਵਿਦਾ ਕਰ ਦਿਓ

ਯਾਦਾਸ਼ਤ ਪਦ

-ਲਿਊਕ 10:9-
ਉੱਥੇ ਦੇ ਰੋਗੀਆਂ ਦਾ ਇਲਾਜ ਕਰੋ ਅਤੇ ਉਹਨਾਂ ਨੂੰ ਕਹੋ, ਪਰਮਾਤਮਾ ਦਾ
ਰਾਜ ਤੁਹਾਡੇ ਨਜ਼ਦੀਕ ਆ ਗਿਆ ਹੈ।"

ਅਭਿਆਸ

ਸਮਾਪਤੀ

ਮੇਰੀ ਯਿਸੂ ਯੋਜਨਾ

9

ਸਮੂਹ ਵਿਚ ਵਾੱਧਾ ਕਰੋ

ਚਰਚਾਂ ਦੀ ਵਧਦੀ ਗਿਣਤੀ ਦੇ ਕਾਰਨ ਹਨ ਪਰਮਾਤਮਾ ਵਿਚ ਵਿਸ਼ਵਾਸ, ਈਸਾ ਚਰਿਤ ਵੰਡਣਾ, ਚੇਲੇ ਬਣਾਉਣਾ, ਸਮੂਹ ਸ਼ੁਰੂ ਕਰਨਾ, ਅਤੇ ਲੀਡਰਾਂ ਨੂੰ ਅਧਿਆਪਨ ਦੇਣਾ। ਜਿਆਦਾਤਰ ਲੀਡਰਾਂ ਨੇ ਗਿਰਜਾ ਘਰ ਦਾ ਸ਼ੁਰੂਆਤ ਕਦੇ ਨਹੀ ਕੀਤੀ, ਹਾਲਾਂਕਿ, ਉਨ੍ਹਾਂ ਨੂੰ ਨਾ ਪਤਾ ਸੀ ਕਿ ਸ਼ੁਰੂ ਕਿਵੇਂ ਕਰਨਾ ਹੈ। "ਸਮੂਹ ਵਿਚ ਵਾਧਾ ਕਰੋ" ਓਹ ਥਾਵਾ ਤੇ ਜਾਣੂ ਕਰਵਾਉਂਦਾ ਹੈ ਜਿਨ੍ਹਾਂ ਉੱਤੇ ਸਾਨੂੰ ਸਮੂਹਾਂ ਦੀ ਸ਼ੁਰੂਆਤ ਕਰਨ ਲਈ ਧਿਆਨ ਕੇਂਦਰਤ ਕਰਨਾ ਚਾਹੀਦਾ ਹੈ ਜੋ ਗਿਰਜਾ ਘਰਾਂ ਤੱਕ ਲੈ ਜਾਵੇ। ਐਕਟ ਦੀ ਕਿਤਾਬ (book of acts) ਵਿੱਚ, ਯਿਸੂ ਨੇ ਸਾਨੂੰ ਚਾਰ ਵਖਰੀਆ ਥਾਵਾ ਉੱਤੇ ਸਮੂਹਾਂ ਨੂੰ ਸ਼ੁਰੂ ਕਰਨ ਦੀ ਆਗਿਆ ਦਿੱਤੀ ਹੈ। ਉਨ੍ਹਾਂ ਨੇ ਕਿਹਾ ਹੈ ਕਿ ਸਮੂਹਾਂ ਨੂੰ ਉਨ੍ਹਾਂ ਸ਼ਹਿਰ ਅਤੇ ਖੇਤਰ ਵਿੱਚ ਸ਼ੁਰੂ ਕਰੋ ਜਿੱਥੇ ਅਸੀ ਰਹਿੰਦੇ ਹਾਂ। ਇਸਦੇ ਬਾਅਦ, ਉਨ੍ਹਾਂ ਨੇ ਕਿਹਾ ਕਿ ਜਿਸ ਖੇਤਰ ਵਿਚ ਅਸੀ ਰਹਿੰਦੇ ਹਾ ਉੱਥੇ ਦੇ ਗੁਆਂਢੀ ਖੇਤਰ ਅਤੇ ਵੱਖ ਜਾਤੀ ਵਾਲੇ ਸਮੂਹ ਵਿੱਚ ਨਵੇਂ ਭਾਈਚਾਰੇ ਦੀ ਸ਼ੁਰੂਆਤ ਕਰੋ। ਅੰਤ ਵਿੱਚ, ਯਿਸੂ ਸਾਨੂੰ ਇਸ ਸੰਸਾਰ ਦੇ ਦੂਰ ਦਰਾਡੇ ਜਗ੍ਹਾ ਵਿਚ ਅਤੇ ਹਰ ਜਾਤੀ ਸਮੂਹ ਤੱਕ ਪਹੁੰਚਣ ਦੀ ਆਗਿਆ ਦਿੰਦੇ ਹਾ। ਟ੍ਰੇਨਰਸ ਲੀਡਰਾਂ ਨੂੰ ਸਭ ਲੋਕਾਂ ਲਈ ਯਿਸੂ ਦੇ ਦਿਲ ਨੂੰ ਅਡਾੱਪਟ ਕਰਨ ਦੇ ਲਈ ਉਤਸ਼ਾਹਿਤ ਕਰਦੇ ਹਨ ਅਤੇ ਯੇਰੂਸਾਲੇਮ, ਜੂਡੀਆ, ਸਮਾਰਿਆ, ਅਤੇ ਦੁਨੀਆ ਦੇ ਅੰਤ ਤੱਕ ਪਹੁੰਚਣ ਦੀ ਯੋਜਨਾ ਬਣਾਉਂਦੇ ਹਨ।

ਐਕਟ ਦੀ ਕਿਤਾਬ (book of acts) ਵਿੱਚ ਚਾਰ ਪ੍ਰਕਾਰ ਦੇ ਸਮੂਹ ਸ਼ੁਰੂ ਕਰਨ ਵਾਲੀਆਂ ਦੇ ਕੰਮਾਂ ਦੇ ਬਾਰੇ ਵਿੱਚ ਵੀ ਵਿਖਾਇਆ ਹੈ। ਪੀਟਰ, ਇੱਕ ਪਾਦਰੀ ਨੇ ਕੋਰਨੇਲਿਅਸ ਦੇ ਘਰ ਵਿੱਚ ਇੱਕ ਸਮੂਹ ਦੀ ਸ਼ੁਰੁਆਤ ਕਰਨ ਵਿੱਚ ਮਦਦ ਕੀਤੀ। ਪਾਲ, ਇੱਕ ਸਾਧਾਰਣ ਇਨਸਾਨ, ਨੇ ਸਮੂਹ ਬਣਾਉਂਦੇ ਹੋਏ ਪੂਰੇ ਰੋਮਨ ਸਾਮਰਾਜ ਦੀ ਯਾਤਰਾ ਕੀਤੀ। ਪ੍ਰਿਸੀਲਾ ਅਤੇ ਅਕੀਲਾ, ਸਵਰੋਜਗਾਰ ਵਪਾਰ ਮਾਲਿਕ, ਨੇ ਸਮੂਹਾਂ ਦੀ ਉਥੇ ਸ਼ੁਰੁਆਤ ਜਿਥੇ ਓਹਨਾ ਦਾ ਵਪਾਰ ਉਨ੍ਹਾਂ ਨੂੰ ਲੈ ਗਿਆ। ਨਿਅਮ 8 ਵਿਚ ਸਤਾਏ ਹੋਏ ਲੋਕ, ਫੈਲ ਗਏ ਅਤੇ ਜਿੱਥੇ ਵੀ ਗਏ ਉੱਥੇ ਸਮੂਹ ਸ਼ੁਰੂ ਕਰ ਦਿਤਾ। ਇਸ ਪਾਠ ਵਿੱਚ, ਲੀਡਰ ਆਪਣੇ ਪ੍ਰਭਾਵ ਦੇ ਦਾਰੇ ਵਿੱਚ ਸੰਭਵ ਸਮੂਹ ਅਰੰਭ ਕਰਨ ਵਾਲੀਆਂ ਦੀ ਪਹਿਚਾਣ ਕਰਦੇ ਹਨ ਅਤੇ ਉਨਾ ਨੂੰ ਆਪਣੀ ਯਿਸੁ ਯੋਜਨਾ ਵਿੱਚ ਜੋੜਦੇ ਹਾ। ਸੈਸ਼ਨ ਗਿਰਜਾ ਘਰ ਸ਼ੁਰੂ ਕਰਨ ਲਈ ਇੱਕ ਵੱਡੇ ਬੈਂਕ ਖਾਤੇ ਦੀ ਲੋੜ ਦੀਆਂ ਧਾਰਣਾਵਾਂ ਨੂੰ ਸੰਬੋਧਿਤ ਕਰਦੇ ਹੋਏ ਖ਼ਤਮ ਹੁੰਦਾ ਹੈ। ਜਿਆਦਾਤਰ ਗਿਰਜਾ ਘਰ ਇੱਕ ਬਾਈਬਲ ਦੀ ਤੁਲਣਾ ਵਿੱਚ ਥੋੜ੍ਹੇ ਜਿਆਦਾ ਖਰਚ ਦੇ ਨਾਲ ਘਰਾਂ ਵਿੱਚ ਸ਼ੁਰੂ ਹੁੰਦੇ ਹਾ।

ਪ੍ਰਸ਼ੰਸਾ

ਤਰੱਕੀ

ਸਮੱਸਿਆ

ਯੋਜਨਾ

ਸਮੀਖਿਆ

ਸਵਾਗਤਮ

ਗਿਰਜਾ ਘਰ ਕੌਣ ਬਣਾਉਂਦਾ ਹੈ?
ਉਹ ਮਹੱਤਵਪੂਰਣ ਕਿਉਂ ਹੈ?
ਯਿਸੁ ਨੇ ਆਪਣੇ ਗਿਰਜਾ ਘਰ ਕਿਵੇਂ ਬਨਾਏ?

—1 ਕੋਰਿੰਥਿੰਸ 11:1—ਤੁਸੀ ਲੋਕ ਮੇਰੀ ਨਕਲ ਕਰੋ, ਜਿਸ ਤਰ੍ਹਾਂ ਮੈਂ ਮਸੀਹ ਦੀ ਨਕਲ ਕਰਦਾ ਹਾਂ।

ਯਸ਼ੂ ਦੀ ਤਰ੍ਹਾਂ ਅਭਿਆਸ ਕਰੋ

ਯਿਸੂ ਨੇ ਕਿਵੇਂ ਲੀਡਰ ਨੂੰ ਅਭਿਆਸ ਕਰਾਇਆ?

—ਲਿਊਕ 6:40—"ਚੇਲਾ ਗੁਰੂ ਤੋਂ ਵੱਡਾ ਨਹੀਂ ਹੁੰਦਾ। ਪਰ ਹਰ ਕੋਈ ਪੂਰੀ ਸਿੱਖਿਆ ਪ੍ਰਾਪਤ ਕਰਨ ਤੋਂ ਬਾਅਦ ਆਪਣੇ ਗੁਰੂ - ਵਰਗਾ ਬਣ ਸਕਦਾ ਹੈ।"

ਯਸ਼ੂ ਦੀ ਤਰ੍ਹਾਂ ਅਗਵਾਈ ਕਰੋ

ਯਿਸੂ ਮਹਾਨਤਮ ਲੀਡਰ ਕਿਸ ਨੂੰ ਕਹਿਣਗੇ?

ਇੱਕ ਮਹਾਨ ਲੀਡਰ ਦੀ ਸੱਤ ਵਿਸ਼ੇਸ਼ਤਾਵਾਂ ਕੀ ਹਨ?

—ਜਾਨ 13:14-15—ਹੁਣ, ਜੇਕਰ ਮੈਂ - ਤੁਹਾਡਾ ਪ੍ਰਭੂ ਅਤੇ ਗੁਰੂ - ਨੇ ਤੁਹਾਡੇ ਪੈਰ ਧੋਤੇ ਹਨ ਤਾਂ ਤੁਹਾਨੂ ਵੀ ਇੱਕ ਦੂੱਜੇ ਦੇ ਪੈਰ ਧੋਣੇ ਚਾਹਿਏ। ਮੈਂ ਤੁਹਾਨੂ ਉਦਾਹਰਣ ਦਿੱਤਾ ਹੈ, ਜਿਸ ਤਰ੍ਹਾਂ ਮੈਂ ਤੁਹਾਡੇ ਨਾਲ ਕੀਤਾ ਉਹੋ ਜਿਹਾ ਤੁਸੀਂ ਵੀ ਕੀਤਾ ਕਰੋ।

ਤਾਕਤਵਰ ਬਣੋ

ਰੱਬ ਨੇ ਤੁਹਾਨੂ ਕਿਹੜੀ ਸ਼ਖਸੀਅਤ ਦਿੱਤੀ ਹੈ?

ਰੱਬ ਨੂੰ ਕਿਸ ਪ੍ਰਕਾਰ ਦਾ ਸ਼ਖਸੀਅਤ ਸਭਤੋਂ ਜ਼ਿਆਦਾ ਪਸੰਦ ਹੈ?

ਕਿਸ ਪ੍ਰਕਾਰ ਦੀ ਸ਼ਖਸੀਅਤ ਸੱਬ ਤੋਂ ਉੱਤਮ ਲੀਡਰ ਬਣਦਾ ਹੈ?

—ਰੋਮਨਸ 12:4-5—ਜਿਸ ਤਰ੍ਹਾਂ ਸਾਡੇ ਇੱਕ ਸਰੀਰ ਵਿੱਚ ਅਨੇਕ ਅੰਗ ਹੁੰਦੇ ਹਨ ਅਤੇ ਸਭ ਲੋਕਾਂ ਦਾ ਕਾਰਜ ਇੱਕ ਨਹੀਂ ਹੁੰਦਾ। ਉਸੀ ਪ੍ਰਕਾਰ ਅਸੀ ਅਨੇਕ ਹੁੰਦੇ ਹੋਏ ਵੀ ਮਸੀਹ ਵਿੱਚ ਇੱਕ ਹੀ ਸਰੀਰ ਅਤੇ ਇੱਕ ਦੂੱਜੇ ਦੇ ਅੰਗ ਹੁੰਦੇ ਹਾਂ।

ਏਕਤਾ ਵਿੱਚ ਬਲ

ਦੁਨੀਆ ਵਿੱਚ ਅੱਠ ਪ੍ਰਕਾਰ ਦੇ ਲੋਕ ਕਿਉਂ ਹਨ?

ਯਿਸੂ ਕਿਸਦੀ ਤਰ੍ਹਾਂ ਹਨ?

ਕਲੇਸ਼ ਦੀ ਦਸ਼ਾ ਵਿੱਚ ਤਿੰਨ ਵਿਕਲਪ ਕੀ ਹਨ?

—ਗਲਾਤੀਇੰਸ 02:20—ਮੈਂ ਹੁਣ ਜਿੰਦਾ ਨਹੀਂ ਰਿਹਾ, ਸਗੋਂ ਮਸੀਹ ਮੇਰੇ ਵਿੱਚ ਜਿੰਦਾ ਹੈ

ਈਸਾ ਚਰਿਤ ਵੰਡੋ

ਮੈਂ ਕਿਵੇਂ ਈਸਾ ਚਰਿਤ ਵੰਡ ਸਕਦਾ ਹਾਂ?
ਸਾਨੂੰ ਯਿਸੂ ਦੀ ਮਦਦ ਦੀ ਕੀ ਲੋੜ ਹੈ?

–ਜਾਨ 14:6–ਈਸਾ ਨੇ ਉਸ ਨੂੰ ਕਿਹਾ, ਰਸਤਾ ਸਚਾ ਅਤੇ ਜੀਵਨ ਮੈਂ ਹਾਂ। ਮੇਰੇ ਵਲੋਂ ਹੋਕੇ ਗਏ ਬਿਨਾਂ ਕੋਈ ਪਿਤਾ ਦੇ ਕੋਲ ਨਹੀਂ ਆ ਸਕਦਾ।

ਚੇਲੇ ਬਨਾਓ

ਯਿਸੂ ਦੀ ਯੋਜਨਾ ਵਿੱਚ ਪਹਿਲਾ ਕਦਮ ਕੀ ਹੈ?

–ਲਿਊਕ 10:2-4–ਉਹਨਾਂ ਨੇ ਉਹਨਾਂ ਨੂੰ ਕਿਹਾ, ਫ਼ਸਲ ਤਾਂ ਬਹੁਤ ਹੈ, ਪਰ ਮਜਦੂਰ ਥੋੜ੍ਹੇ ਹਨ; ਇਸ ਲਈ ਫ਼ਸਲ ਦੇ ਸਵਾਮੀ ਨੂੰ ਪ੍ਰਾਰਥਨਾ ਕਰੋ ਕਿ ਉਹ ਆਪਣੀ ਫ਼ਸਲ ਕੱਟਣ ਲਈ ਮਜਦੂਰਾਂ ਨੂੰ ਭੇਜੇ।

ਸਮੂਹ ਅਰੰਭ ਕਰੋ

ਯਿਸੂ ਦੀ ਯੋਜਨਾ ਵਿੱਚ ਦੂਜਾ ਕਦਮ ਕੀ ਹੈ?
ਯਿਸੂ ਦੀ ਯੋਜਨਾ ਵਿੱਚ ਤੀਜਾ ਕਦਮ ਕੀ ਹੈ?
ਯਿਸੂ ਦੀ ਯੋਜਨਾ ਵਿੱਚ ਚੌਥਾ ਕਦਮ ਕੀ ਹੈ?

–ਲਿਊਕ 10:9–ਉੱਥੇ ਦੇ ਰੋਗੀਆਂ ਨੂੰ ਸਹੀ ਕਰੋ ਅਤੇ ਉਹਨਾਂ ਨੂੰ ਕਹੋ, ਰੱਬ ਦਾ ਰਾਜ ਤੁਹਾਡੇ ਨਜ਼ਦੀਕ ਆ ਗਿਆ ਹੈ।

ਚਾਰ ਸਥਾਨ ਕਿੱਥੇ ਹਨ ਜਿੱਥੇ ਯਿਸੂ ਨੇ ਵਿਸ਼ਵਾਸੀਆਂ ਨੂੰ ਸਮੂਹ ਸ਼ੁਰੂ ਕਰਨ ਦੀ ਆਗਿਆ ਦਿੱਤੀ ਹੈ?

–ਐਕਟਸ 1:8–

ਪਰ ਪਵਿਤਰ ਆਤਮਾ ਤੁਹਾਡੇ ਲੋਕਾਂ ਉੱਤੇ ਉਤਰੇਗਾ ਅਤੇ ਤੁਹਾਨੂੰ ਤਾਕਤ ਦੇਵੇਗਾ ਅਤੇ ਤੁਸੀਂ ਲੋਕ ਯੇਰੁਸਾਲੇਮ, ਸਾਰੀ ਜੂਡਿਆ ਅਤੇ ਸਾਮਰਿਆ ਵਿੱਚ ਅਤੇ ਧਰਤੀ ਦੇ ਅਖੀਰ ਤੱਕ ਮੇਰੇ ਗਵਾਹ ਹੋਵੋਗੇ।

1. ______________________________

2. ______________________________

3. ______________________________

4. ______________________________

ਸਮੂਹ ਜਾਂ ਗਿਰਜਾ ਘਰ ਸ਼ੁਰੂ ਕਰਨ ਦੇ ਚਾਰ ਤਰੀਕੇ ਕੀ ਹਨ?

1. ______________________________

—ਐਕਟਸ 10:9—
ਦੂੱਜੇ ਦਿਨ ਜਦੋਂ ਉਹ ਯਾਤਰਾ ਕਰਦੇ - ਕਰਦੇ ਨਗਰ ਦੇ ਨਜ਼ਦੀਕ ਆ ਰਹੇ ਸਨ, ਤਾਂ ਪੇਤਰੁਸ ਦੁਪਹਿਰ ਦੇ ਸਮੇਂ, ਛੱਤ ਉੱਤੇ ਚੜਕੇ ਅਰਦਾਸ ਕਰਨ ਲਗਾ ।

2. ______________________________

—ਐਕਟਸ 13:2—
ਉਹ ਕਿਸੇ ਦਿਨ ਉਪਵਾਸ ਕਰਦੇ ਹੋਏ ਪ੍ਰਭੂ ਦਾ ਭਜਣ ਕਰ ਹੀ ਰਹੇ ਸਨ ਕਿ ਪਵਿਤਰ ਆਤਮਾ ਨੇ ਕਿਹਾ, ਮੈਂ ਬਰਨਾਬਸ ਅਤੇ ਸੌਲ ਨੂੰ ਇੱਕ ਵਿਸ਼ੇਸ਼ ਕਾਰਜ ਲਈ ਨਿਯੁਕਤ ਕੀਤਾ ਹੈ । ਉਨ੍ਹਾਂ ਨੂੰ ਮੇਰੇ ਲਈ ਵੱਖ ਕਰ ਦਵੋ ।

3. ______________________________

—1 ਕੁਰਿੰਥਿਅਨਸ 16:19—
ਏਸ਼ਿਆ ਦੇ ਗਿਰਜਾ ਘਰ ਲੋਕਾਂ ਨੂੰ ਨਮਸਕਾਰ ਕਹਿੰਦੇ ਹਨ । ਆਕਵਿਲਾ, ਪ੍ਰਿਸੀਲਾ ਅਤੇ ਉਨ੍ਹਾਂ ਦੇ ਘਰ ਗਿਰਜਾ ਘਰ ਤੁਹਾਨੂੰ ਪ੍ਰਭੂ ਵਿੱਚ ਹਾਰਦਿਕ ਨਮਸਕਾਰ ਕਹਿੰਦੇ ਹਨ ।

4. ____

—ਐਕਟਸ 8:1—
ਸਾਊਲ ਸਟੀਫਨ ਦੀ ਹੱਤਿਆ ਦਾ ਸਮਰਥਨ ਕਰਦਾ ਸੀ। ਉਸੀ ਦਿਨ ਯੇਰੁਸਾਲੇਮ ਉੱਤੇ ਘੋਰ ਜ਼ੁਲਮ ਸ਼ੁਰੂ ਹੋਇਆ। ਅਪੋਸਟਲਸ ਨੂੰ ਛੱਡ ਸਭ-ਦੇ-ਸਭ ਜੂਡਿਆ ਅਤੇ ਸਾਮਾਰਿਆ ਦੇ ਵਿੱਚ ਬਿਖਰ ਗਏ।

ਯਾਦਾਸ਼ਤ ਪਦ

—ਐਕਟਸ 1:8—
ਪਰ ਪਵਿਤਰ ਆਤਮਾ ਤੁਹਾਡੇ ਲੋਕਾਂ ਉੱਤੇ ਉਤਰੇਗਾ ਅਤੇ ਤੁਹਾਨੂੰ ਤਾਕਤ ਦੇਵੇਗਾ ਅਤੇ ਤੁਸੀਂ ਲੋਕ ਯੇਰੁਸਾਲੇਮ, ਸਾਰੀ ਜੂਡਿਆ ਅਤੇ ਸਾਮਰਿਆ ਵਿੱਚ ਅਤੇ ਧਰਤੀ ਦੇ ਅਖੀਰ ਤੱਕ ਮੇਰੇ ਗਵਾਹ ਹੋਵੋਗੇ।।

ਅਭਿਆਸ

ਅੰਤ

ਨਵੇਂ ਗਿਰਜਾ ਘਰ ਨੂੰ ਸ਼ੁਰੂ ਕਰਨ ਵਿੱਚ ਕਿੰਨਾ ਖਰਚਾ ਆਉਂਦਾ ਹੈ?

ਮੇਰੀ ਯਿਸੂ ਯੋਜਨਾ

ਇੱਕ ਹੋਰ ਆਮ ਸਵਾਲ

ਤੁਸੀ ਟ੍ਰੇਨਗਿ ਸੈਸ਼ਨ ਵਚਿ ਅਣਪੜ੍ਹ ਲੋਕਾਂ ਦੇ ਨਾਲ ਕਵਿੇਂ ਕੰਮ ਕਰੋਗੇ?

10

ਯਿਸੂ ਦਾ ਪਾਲਣ ਕਰੋ

ਲੀਡਰਾਂ ਨੇ "ਕੱਟੜਪੰਥੀ ਲੀਡਰਾਂ ਦੀ ਟ੍ਰੇਨਿੰਗ" ਵਿੱਚ ਸਿੱਖਿਆ ਹੈ ਕਿ ਕੋਣ ਗਿਰਜਾ ਘਰ ਬਣਾਉਂਦੇ ਹਨ ਅਤੇ ਕਿਉਂ ਇਹ ਮਹੱਤਵਪੂਰਣ ਹੈ। ਉਹਨਾਂਨੂੰ ਦੁਨੀਆ ਤੱਕ ਪੁੱਜਣ ਲਈ ਯਿਸੂ ਰਣਨੀਤੀ ਦੇ ਪੰਜ ਹਿੱਸਿਆਂ ਵਿੱਚ ਮੁਹਾਰਤ ਹਾਸਲ ਹੈ ਅਤੇ ਇੱਕ ਦੂਜੇ ਨੂੰ ਸਿਖਾਣ ਦਾ ਅਭਿਆਸ ਹੈ। ਉਹਨਾਂਨੇ ਇੱਕ ਮਹਾਨ ਲੀਡਰ ਦੇ ਸੱਤ ਗੁਣਾਂ ਨੂੰ ਸੱਮਝਿਆ ਹੈ, ਭਵਿੱਖ ਲਈ ਇੱਕ ਅਧਿਆਪਨ ਦਰਖਤ ਵਿਕਸਿਤ ਕੀਤਾ ਹੈ ਅਤੇ ਜਾਣਦੇ ਹਨ ਕਿ ਕਿਵੇਂ ਵੱਖ ਆਦਮੀਆਂ ਦੇ ਨਾਲ ਕੰਮ ਕਰਨਾ ਹੈ। ਹਰ ਇੱਕ ਲੀਡਰ ਦੀ ਇੱਕ ਯੋਜਨਾ ਹੈ ਜੋ ਯਿਸੂ ਦੀ ਲਿਊਕ ੧੦ ਯੋਜਨਾ ਦੇ ਆਧਾਰ ਉੱਤੇ ਹੈ। *"ਯਿਸੂ ਦਾ ਪਾਲਣ ਕਰੋ"*ਅਗਵਾਈ ਦੇ ਰਹਿੰਦੇ ਇੱਕ ਹਿੱਸੇ ਨੂੰ ਦਰਸ਼ਾਂਦਾ ਹੈ।

ਦੋ ਹਜਾਰ ਸਾਲ ਪਹਿਲਾਂ, ਲੋਕ ਵੱਖਰਾ ਕਾਰਨਾਂ ਲਈ ਯਿਸੂ ਦਾ ਪਾਲਣ ਕਰਦੇ ਸਨ। ਕੁੱਝ ਜੇਮਸ ਅਤੇ ਜਾਨ ਦੀ ਤਰ੍ਹਾਂ ਵਿਸ਼ਵਾਸ ਰੱਖਦੇ ਸਨ ਕਿ ਯਿਸੂ ਪ੍ਰਸਿੱਧੀ ਦਿਲਵਾਏਗਾ। ਦੂਜੇ ਫਾਰੀਸੀਆਂ ਦੀ ਤਰ੍ਹਾਂ, ਉਸਦਾ ਪਾਲਣ ਆਲੋਚਨਾ ਅਤੇ ਆਪਣੀ ਮਹਾਨਤਾ ਵਿਖਾਉਣ ਲਈ ਕਰਦੇ ਸਨ। ਹੁਣੇ ਵੀ ਕੁੱਝ, ਯਹੂਦਾ ਦੀ ਤਰ੍ਹਾਂ ਯਿਸੂ ਦਾ ਪਾਲਣ ਪੈਸੇ ਲਈ ਕਰਦੇ ਹਨ। ਪੰਜ ਹਜਾਰ ਦੀ ਇੱਕ ਭੀੜ ਵੀ ਯਿਸੂ ਦਾ ਪਾਲਣ ਕਰਨਾ ਚਾਹੁੰਦੀ ਹੈ, ਕਿਉਂਕਿ ਉਸਨੇ ਉਹਨਾਂਨੂੰ ਭੋਜਨ ਦਿੱਤਾ ਜਿਸਦੀ ਉਹਨਾਂ ਨੂੰ ਲੋੜ ਸੀ। ਇਕ ਹੋਰ ਸਮੂਹ ਨੇ ਯਿਸੂ ਦਾ ਪਾਲਣ ਕੀਤਾ ਕਿਉਂਕਿ ਉਹਨਾਂ ਨੂੰ ਚਿਕਿਤਸਾ ਦੀ ਜ਼ਰੂਰਤ ਸੀ, ਅਤੇ ਕੇਵਲ ਇੱਕ ਹੀ ਵਿਅਕਤੀ ਪਰਤ ਕੇ ਧੰਨਵਾਦ ਕਹਿਣ ਆਇਆ। ਬਦਕਿੱਸਮਤੀ ਵਲੋਂ, ਕਈ

ਲੋਕਾਂ ਨੇ ਸਵਾਰਥ ਲਈ ਯਿਸੂ ਦਾ ਪਾਲਣ ਕੀਤਾ। ਲੀਡਰਾਂ ਦੇ ਰੂਪ ਵਿੱਚ, ਅਸੀ ਆਪਣੇ ਆਪ ਨੂੰ ਜਾਂਚ ਕਰੀਏ ਅਤੇ ਪੁੱਛੀਏ ਕਿ ਮੈਂ ਕਿਉਂ ਯਿਸੂ ਦਾ ਪਾਲਣ ਕਰ ਰਿਹਾ ਹਾਂ?

ਯਿਸੂ ਨੇ ਉਹਨਾਂ ਦੀ ਪ੍ਰਸ਼ੰਸਾ ਕੀਤੀ ਜਿਨ੍ਹਾਂ ਨੇ ਉਸਨੂੰ ਦਿਲੋਂ ਪਿਆਰ ਕੀਤਾ। ਇੱਕ ਵਿਧਵਾ ਦੇ ਮਾਈਟ (mite) ਨੇ ਯਿਸੂ ਦੇ ਦਿਲ ਨੂੰ ਸੁਨਹਿਰੀ ਮੰਦਿਰ ਤੋਂ ਵੀ ਜਿਆਦਾ ਛੋਹਿਆ। ਜਦੋਂ ਇੱਕ ਹੋਨਹਾਰ ਜਵਾਨ ਆਦਮੀ ਨੇ ਆਪਣੇ ਪੂਰੇ ਦਿਲ ਦੇ ਨਾਲ ਪਰਮਾਤਮਾ ਨੂੰ ਪਿਆਰ ਕਰਨ ਤੋਂ ਇਨਕਾਰ ਕਰ ਦਿੱਤਾ, ਉਸਨੇ ਪੈਸਾ ਚੁਣਿਆ ਜਿਸ ਕਾਰਨ ਯਿਸੂ ਨਿਰਾਸ਼ ਹੋ ਗਏ ਸਨ। ਇਸਦੇ ਇਲਾਵਾ, ਯਿਸੂ ਨੇ ਪੀਟਰ ਨੂੰ ਕੀਤੇ ਵਿਸ਼ਵਾਸ ਘਾਤ ਤੋਂ ਬਹਾਲ ਕਰਨ ਲਈ ਸਿਰਫ ਇਕ ਸਵਾਲ ਪੁੱਛਿਆ "ਸਾਇਮਨ, ਕੀ ਤੂੰ ਮੈਨੂੰ ਪਿਆਰ ਕਰਦਾ ਹੈਂ?" ਅਧਿਆਤਮਿਕ ਲੀਡਰ ਲੋਕਾਂ ਨੂੰ ਪਿਆਰ ਕਰਦੇ ਹੈ ਅਤੇ ਪਰਮਾਤਮਾ ਨੂੰ ਕਰਦੇ ਹੈ।

ਸੈਸ਼ਨ ਹਰ ਇੱਕ ਲੀਡਰ ਦੀ "ਯਿਸੂ ਯੋਜਨਾ" ਸਾਂਝਾ ਕਰਨ ਦੇ ਨਾਲ ਖਤਮ ਹੁੰਦਾ ਹੈ। ਲੀਡਰ ਇਕ ਦੂਜੇ ਲਈ ਅਰਦਾਸ ਕਰਦੇ ਹਨ ਅਤੇ ਇਕ ਦੂਜੇ ਨਾਲ ਮਿਲ ਕੇ ਕੰਮ ਕਰਨ ਦੀ ਸਹੁੰ ਖਾਂਦੇ ਹਨ।

ਪ੍ਰਸ਼ੰਸਾ

ਤਰੱਕੀ

ਸਵਾਗਤਮ

ਗਿਰਜਾ ਘਰ ਕੌਣ ਬਣਾਉਂਦਾ ਹੈ?
ਉਹ ਮਹੱਤਵਪੂਰਣ ਕਿਉਂ ਹੈ?
ਯਿਸੂ ਨੇ ਆਪਣੇ ਗਿਰਜਾ ਘਰ ਕਿਵੇਂ ਬਨਾਏ?

–1 ਕੋਰਿੰਥਿੰਸ 11:1–ਤੁਸੀ ਲੋਕ ਮੇਰੀ ਨਕਲ ਕਰੋ, ਜਿਸ ਤਰ੍ਹਾਂ ਮੈਂ ਮਸੀਹ ਦੀ ਨਕਲ ਕਰਦਾ ਹਾਂ।

ਯਸਿ ਦੀ ਤਰ੍ਹਾਂ ਟ੍ਰੇਨ ਕਰੋ

ਯਿਸੂ ਨੇ ਲੀਡਰਾਂ ਨੂੰ ਕਿਵੇਂ ਸਿਖਾਇਆ?

–ਲਿਊਕ 6:40–ਚੇਲਾ ਗੁਰੂ ਤੋਂ ਵੱਡਾ ਨਹੀਂ ਹੁੰਦਾ। ਪੂਰੀ - ਪੂਰੀ ਸਿੱਖਿਆ ਪ੍ਰਾਪਤ ਕਰਣ ਦੇ ਬਾਅਦ ਉਹ ਆਪਣੇ ਗੁਰੂ - ਵਰਗਾ ਬੰਨ ਸਕਦਾ ਹੈ।

ਯਸ਼ੂ ਦੀ ਤਰ੍ਹਾਂ ਅਗਵਾਈ ਕਰੀਏ

ਯਿਸੂ ਮਹਾਨਤਮ ਲੀਡਰ ਕਿਸ ਨੂੰ ਕਹਿਣਗੇ?

ਇੱਕ ਮਹਾਨ ਲੀਡਰ ਦੀ ਸੱਤ ਵਿਸ਼ੇਸ਼ਤਾਵਾਂ ਕੀ ਹਨ?

—ਜਾਨ 13:14-15—ਹੁਣ, ਜੇਕਰ ਮੈਂ - ਤੁਹਾਡਾ ਪ੍ਰਭੂ ਅਤੇ ਗੁਰੂ - ਨੇ ਤੁਹਾਡੇ ਪੈਰ ਧੋਤੇ ਹਨ ਤਾਂ ਤੁਹਾਨੂ ਵੀ ਇੱਕ ਦੂੱਜੇ ਦੇ ਪੈਰ ਧੋਣੇ ਚਾਹਿਏ। ਮੈਂ ਤੁਹਾਨੂ ਉਦਾਹਰਣ ਦਿੱਤਾ ਹੈ, ਜਿਸ ਤਰ੍ਹਾਂ ਮੈਂ ਤੁਹਾਡੇ ਨਾਲ ਕੀਤਾ ਉਹੋ ਜਿਹਾ ਤੁਸੀਂ ਵੀ ਕੀਤਾ ਕਰੋ।

ਤਾਕਤਵਰ ਬਣੋ

ਰੱਬ ਨੇ ਤੁਹਾਨੂ ਕਿਹੜੀ ਸ਼ਖਸੀਅਤ ਦਿੱਤੀ ਹੈ?

ਰੱਬ ਨੂੰ ਕਿਸ ਪ੍ਰਕਾਰ ਦਾ ਸ਼ਖਸੀਅਤ ਸਭਤੋਂ ਜ਼ਿਆਦਾ ਪਸੰਦ ਹੈ?

ਕਿਸ ਪ੍ਰਕਾਰ ਦੀ ਸ਼ਖਸੀਅਤ ਸੱਬ ਤੋਂ ਉੱਤਮ ਲੀਡਰ ਬਣਦਾ ਹੈ?

—ਰੋਮਨਸ 12:4-5—ਜਿਸ ਤਰ੍ਹਾਂ ਸਾਡੇ ਇੱਕ ਸਰੀਰ ਵਿੱਚ ਅਨੇਕ ਅੰਗ ਹੁੰਦੇ ਹਨ ਅਤੇ ਸਭ ਲੋਕਾਂ ਦਾ ਕਾਰਜ ਇੱਕ ਨਹੀਂ ਹੁੰਦਾ। ਉਸੀ ਪ੍ਰਕਾਰ ਅਸੀ ਅਨੇਕ ਹੁੰਦੇ ਹੋਏ ਵੀ ਮਸੀਹ ਵਿੱਚ ਇੱਕ ਹੀ ਸਰੀਰ ਅਤੇ ਇੱਕ ਦੂੱਜੇ ਦੇ ਅੰਗ ਹੁੰਦੇ ਹਾਂ।

ਏਕਤਾ ਵਿੱਚ ਬਲ

ਦੁਨੀਆ ਵਿੱਚ ਅੱਠ ਪ੍ਰਕਾਰ ਦੇ ਲੋਕ ਕਿਉਂ ਹਨ?

ਯਿਸੂ ਕਿਸਦੀ ਤਰ੍ਹਾਂ ਹਨ?

ਕਲੇਸ਼ ਦੀ ਦਸ਼ਾ ਵਿੱਚ ਤਿੰਨ ਵਿਕਲਪ ਕੀ ਹੈ?

—ਗਲਾਤੀਅਨਸ 02:20—ਮੈਂ ਹੁਣ ਜਿੰਦਾ ਨਹੀਂ ਰਿਹਾ, ਸਗੋਂ ਮਸੀਹ ਮੇਰੇ ਵਿੱਚ ਜਿੰਦਾ ਹਨ। ਹੁਣ ਮੈਂ ਆਪਣੇ ਸਰੀਰ ਵਿੱਚ ਜੋ ਜੀਵਨ ਬਤੀਤ ਕਰਦਾ ਹਾਂ, ਉਸਦਾ ਇੱਕਮਾਤਰ ਪ੍ਰੇਰਨਾ ਸਰੋਤ ਹੈ- ਪਰਮਾਤਮਾ ਦੇ ਪੁੱਤਰ ਵਿੱਚ ਵਿਸ਼ਵਾਸ, ਜਿਨ੍ਹੇ ਮੈਨੂੰ ਪਿਆਰ ਕੀਤਾ ਅਤੇ ਮੇਰੇ ਲਈ ਆਪਣੇ ਨੂੰ ਅਰਪਿਤ ਕਰ ਦਿੱਤਾ।

ਈਸਾ ਚਰਤਿ ਵੰਡੋ

ਮੈਂ ਕਿਵੇਂ ਈਸਾ ਚਰਿਤ ਵੰਡ ਸਕਦਾ ਹਾਂ?

ਸਾਨੂੰ ਯਿਸੂ ਦੀ ਮਦਦ ਦੀ ਕੀ ਲੋੜ ਹੈ?

–ਜਾਨ 14:6–ਈਸਾ ਨੇ ਉਸ ਨੂੰ ਕਿਹਾ, ਰਸਤਾ ਸਚਾ ਅਤੇ ਜੀਵਨ ਮੈਂ ਹਾਂ। ਮੇਰੇ ਵਲੋਂ ਹੋਕੇ ਗਏ ਬਿਨਾਂ ਕੋਈ ਪਿਤਾ ਦੇ ਕੋਲ ਨਹੀਂ ਆ ਸਕਦਾ।

ਚੇਲੇ ਬਨਾਓ

ਯਿਸੂ ਦੀ ਯੋਜਨਾ ਵਿੱਚ ਪਹਿਲਾ ਕਦਮ ਕੀ ਹੈ?

–ਲਿਊਕ 10:2-4–ਉਹਨਾਂ ਨੇ ਉਹਨਾਂ ਨੂੰ ਕਿਹਾ, ਫ਼ਸਲ ਤਾਂ ਬਹੁਤ ਹੈ, ਪਰ ਮਜਦੂਰ ਥੋੜ੍ਹੇ ਹਨ; ਇਸ ਲਈ ਫ਼ਸਲ ਦੇ ਸਵਾਮੀ ਨੂੰ ਪ੍ਰਾਰਥਨਾ ਕਰੋ ਕਿ ਉਹ ਆਪਣੀ ਫ਼ਸਲ ਕੱਟਣ ਲਈ ਮਜਦੂਰਾਂ ਨੂੰ ਭੇਜੇ।

ਸਮੂਹ ਅਰੰਭ ਕਰੋ

ਯਿਸੂ ਦੀ ਯੋਜਨਾ ਵਿੱਚ ਦੂਜਾ ਕਦਮ ਕੀ ਹੈ?

ਯਿਸੂ ਦੀ ਯੋਜਨਾ ਵਿੱਚ ਤੀਜਾ ਕਦਮ ਕੀ ਹੈ?

ਯਿਸੂ ਦੀ ਯੋਜਨਾ ਵਿੱਚ ਚੌਥਾ ਕਦਮ ਕੀ ਹੈ?

–ਲਿਊਕ 10:9–ਉੱਥੇ ਦੇ ਰੋਗੀਆਂ ਨੂੰ ਸਹੀ ਕਰੋ ਅਤੇ ਉਹਨਾਂ ਨੂੰ ਕਹੋ, ਰੱਬ ਦਾ ਰਾਜ ਤੁਹਾਡੇ ਨਜ਼ਦੀਕ ਆ ਗਿਆ ਹੈ।

ਗਰਿਜਾ ਘਰ ਅਰੰਭ ਕਰੋ

ਕਿਹੜੇ ਚਾਰ ਸਥਾਨਾਂ ਉੱਤੇ ਯਿਸੂ ਨੇ ਵਿਸ਼ਵਾਸੀਆਂ ਨੂੰ ਗਿਰਜਾ ਘਰ ਨੂੰ ਸ਼ੁਰੂ ਕਰਨ ਦੀ ਆਗਿਆ ਦਿੱਤੀ?

ਗਿਰਜਾ ਘਰ ਸ਼ੁਰੂ ਕਰਨ ਦੇ ਚਾਰ ਤਰੀਕੇ ਕੀ ਹਨ?

ਇੱਕ ਨਵਾਂ ਗਿਰਜਾ ਘਰ ਸ਼ੁਰੂ ਕਰਨ ਵਿੱਚ ਕਿੰਨਾ ਖਰਚ ਆਉਂਦਾ ਹੈ?

–ਪ੍ਰੇਰਿਤ - ਚਰਿਤ 1:8–ਪਰ ਪਵਿਤਰ ਆਤਮਾ ਤੁਹਾਡੇ ਲੋਕਾਂ ਉੱਤੇ ਉਤਰੇਗਾ ਅਤੇ ਤੈਨੂੰ ਸਾਮਰਥਿਅ ਪ੍ਰਦਾਨ ਕਰੇਗਾ ਅਤੇ ਤੁਸੀਂ ਲੋਕ ਯੇਰੂਸਾਲੇਮ, ਸਾਰੀ ਯਹੂਦਿਆ ਅਤੇ ਸਾਮਰਿਆ ਵਿੱਚ ਅਤੇ ਧਰਤੀ ਦੇ ਅਖੀਰ ਨੇਕ ਤੱਕ ਮੇਰੇ ਸਾਕਸ਼ੀ ਹੋਣਗੇ।

ਯੋਜਨਾ

ਤੁਸੀ ਯਿਸੂ ਦਾ ਪਾਲਣ ਕਿਉਂ ਕਰਦੇ ਹੋ?

1. ______________________________

–ਮਾਰਕ 10:35-37–
ਜੀਬਦੀ ਦੇ ਪੁੱਤ ਯਾਕੂਬ ਅਤੇ ਯੋਹਨ ਮਸੀਹ ਦੇ ਕੋਲ ਆਕੇ ਬੋਲੇ, ਗੁਰੁਵਰ! ਸਾਡੀ ਇੱਕ ਅਰਦਾਸ ਹੈ। ਤੁਸੀ ਉਸਨੂੰ ਪੂਰਾ ਕਰੋ। ਈਸਾ ਨੇ ਜਵਾਬ ਦਿੱਤਾ, ਕੀ ਚਾਹੁੰਦੇ ਹੋ? ਮੈਂ ਤੁਹਾਡੇ ਲਈ ਕੀ ਕਰਾਂ? ਉਹਨਾਂ ਨੇ ਕਿਹਾ, ਆਪਣੇ ਰਾਜ ਦੀ ਵਡਿਆਈ ਵਿੱਚ ਸਾਨੂੰ ਦੋਨਾਂ ਨੂੰ ਆਪਣੇ ਨਾਲ ਬੈਠਣ ਦਿਓ - ਇੱਕ ਨੂੰ ਆਪਣੇ ਸੱਜੇ ਪਾਸੇ ਅਤੇ ਇੱਕ ਨੂੰ ਆਪਣੇ ਖਬੇ।

2. ______________________________

–ਲਿਊਕ 11:53-54–
ਜਦੋਂ ਈਸਾ ਉਸ ਘਰ ਵਲੋਂ ਨਿਕਲੇ, ਤਾਂ ਸ਼ਾਸਤਰੀ, ਅਤੇ ਫ਼ਰੀਸੀ ਬੁਰੀ ਤਰ੍ਹਾਂ ਉਹਨਾਂ ਦੇ ਪਿੱਛੇ ਪੈ ਗਏ ਅਤੇ ਬਹੁਤ - ਸਾਰੀਆ ਗੱਲਾਂ ਦੇ ਸੰਬੰਧ ਵਿੱਚ ਉਹਨਾਂ ਨੂੰ ਛੇੜਨ ਲੱਗੇ। ਉਹ ਇਸ ਉਡੀਕ ਵਿੱਚ ਸਨ ਕਿ ਮਸੀਹ ਕੁਛ ਅਜਿਹਾ ਕਵੇ ਜਿਸ ਨੂੰ ਓਹ ਉਸ ਦੇ ਖਿਲਾਫ਼ ਇਸਤੇਮਾਲ ਕਰ ਸਕਣ।

3. ______________________________

–ਜਾਨ 12:4-6–
ਇਸ ਉੱਤੇ ਈਸਾ ਦਾ ਇੱਕ ਚੇਲਾ ਯੂਡਸ ਜੋ ਉਹਨਾਂ ਦੇ ਨਾਲ ਵਿਸ਼ਵਾਸ ਘਾਤ ਕਰਨ ਵਾਲਾ ਸੀ, ਇਹ ਬੋਲਿਆ, ਤਿੰਨ ਸੌ ਦੀਨਾਰ ਵਿੱਚ ਵੇਚਕੇ ਇਸ ਇਤਰ ਦੀ ਕੀਮਤ ਗਰੀਬਾਂ ਵਿੱਚ ਕਿਉਂ ਨਹੀ ਵੰਡੀ ਗਈ? ਉਸਨੇ ਇਹ ਇਸ ਲਈ ਨਹੀਂ ਕਿਹਾ ਕਿ ਉਸਨੂੰ ਗਰੀਬਾਂ ਦੀ ਚਿੰਤਾ ਸੀ, ਸਗੋਂ ਇਸ ਲਈ ਕਿ ਉਹ ਚੋਰ ਸੀ। ਉਸਦੇ ਕੋਲ ਪੈਸੇ ਵਾਲੀ ਥੈਲੀ ਰਹਿੰਦੀ ਸੀ ਅਤੇ ਉਸ ਵਿੱਚ ਜੋ ਪਾਇਆ ਜਾਂਦਾ ਸੀ, ਉਹ ਉਸਨੂੰ ਕੱਢ ਲੈਂਦਾ ਸੀ।

4. ____

—ਜਾਨ 6:11-15—
ਈਸਾ ਨੇ ਰੋਟੀਆਂ ਲੈ ਲਈਆਂ, ਧੰਨਵਾਦ ਦੀ ਅਰਦਾਸ ਪੜ੍ਹੀ ਅਤੇ ਬੈਠੇ ਹੋਏ ਲੋਕਾਂ ਵਿੱਚ ਉਹਨਾਂ ਨੂੰ ਉਹਨਾਂ ਦੀ ਇੱਛਾ ਭਰ ਵੰਡਵਾਇਆ। ਉਹਨਾਂ ਨੇ ਮਛਲੀਆਂ ਵੀ ਇਸੇ ਤਰ੍ਹਾਂ ਵੰਡਵਾਈਆਂ। ਜਦੋਂ ਲੋਕ ਖਾ ਕੇ ਤ੍ਰਿਪਤ ਹੋ ਗਏ, ਤਾਂ ਈਸਾ ਨੇ ਆਪਣੇ ਚੇਲਿਆ ਨੂੰ ਕਿਹਾ, "ਬਚੇ ਹੋਏ ਟੁਕੜੇ ਚੁੱਕ ਲਓ, ਜਿਸਦੇ ਨਾਲ ਕੁੱਝ ਵੀ ਬਰਬਾਦ ਨਾ ਹੋਵੇ। ਇਸ ਲਈ ਚੇਲਿਆ ਨੇ ਉਹਨਾਂਨੂੰ ਚੁੱਕ ਲਿਆ ਅਤੇ ਉਹਨਾਂ ਟੁਕੜੋਂ ਨਾਲ ਬਾਰਾਂ ਟੋਕਰੇ ਭਰੇ, ਜੋ ਲੋਕਾਂ ਦੇ ਖਾਣ ਦੇ ਬਾਅਦ ਜੋਕਿ ਪੰਜ ਰੋਟੀਆਂ ਤੋ ਬੱਚ ਗਏ ਸਨ। ਲੋਕ ਮਸੀਹਾ ਦਾ ਇਹ ਚਮਤਕਾਰ ਵੇਖ ਕੇ ਬੋਲ ਉੱਠੇ, "ਜ਼ਰੂਰ ਇਹ ਉਹ ਨਬੀ ਹਨ, ਜੋ ਸੰਸਾਰ ਵਿੱਚ ਆਉਣ ਵਾਲੇ ਹਨ। ਈਸਾ ਸੱਮਝ ਗਏ ਕਿ ਉਹ ਆ ਕੇ ਮੈਨੂੰ ਰਾਜਾ ਬਣਾਉਣ ਲਈ ਫੜ ਲੈ ਜਾਣਗੇ, ਇਸ ਲਈ ਉਹ ਫਿਰ ਇਕੱਲੇ ਹੀ ਪਹਾੜੀ ਉੱਤੇ ਚਲੇ ਗਏ।

5. ____

—ਲਿਊਕ 17:12-14—
ਕਿਸੇ ਪਿੰਡ ਵਿੱਚ ਜਾਣ ਕਾਰਨ ਉਹਨਾਂ ਨੂੰ ਦਸ ਕੋੜ੍ਹੀ ਮਿਲੇ, ਜੋ ਦੂਰ ਖੜੇ ਹੋ ਗਏ ਅਤੇ ਉਚੀ ਆਵਾਜ਼ ਵਲੋਂ ਬੋਲੇ, ਈਸਾ! ਗੁਰੂਵਰ! ਸਾਡੇ ਤੇ ਤਰਸ ਕਰੋ। ਈਸਾ ਨੇ ਉਹਨਾਂ ਨੂੰ ਵੇਖਕੇ ਕਿਹਾ, ਜਾਓ ਅਤੇ ਆਪਣੇ ਆਪ ਨੂੰ ਪਾਦਰੀ ਨੂੰ ਦਿਖਾਓ, ਅਤੇ ਅਜਿਹਾ ਹੋਇਆ ਕਿ ਉਹ ਰਸਤੇ ਵਿੱਚ ਹੀ ਨੀਰੋਗ ਹੋ ਗਏ।

ਕੀ ਤੁਹਾਨੂੰ ਨਿਰਵਾਸਤ ਪਾਪੀ ਔਰਤ ਯਾਦ ਹੈ ਜਿਨ੍ਹੇ ਯਿਸੂ ਉੱਤੇ ਮਹਿੰਗਾ ਇਤਰ ਪਾਇਆ?

—ਮੈਥਿਊ 26:13—
ਮੈਂ ਤੁਹਾਨੂੰ ਲੋਕਾਂ ਨੂੰ ਇਹ ਕਹਿੰਦਾ ਹਾਂ - ਸਾਰੇ ਸੰਸਾਰ ਵਿੱਚ ਜਿੱਥੇ ਕਿਤੇ ਇਸ ਗੋਸਪਲ ਨੂੰ ਫ਼ੈਲਾਇਆ ਜਾਵੇਗਾ, ਉੱਥੇ ਇਸ ਔਰਤ ਨੇ ਜੋ ਕੀਤਾ ਹੈ ਉਸਦੀ ਯਾਦ ਵਿਚ ਚਰਚਾ ਹੋਵੇਂਗੀ।

"ਕੀ ਤੁਹਾਨੂੰ ਗਰੀਬ ਵਿਧਵਾ ਯਾਦ ਹੈ? ਉਸਦੀ ਪੇਸ਼ਕਸ਼ ਨੇ ਯਿਸੂ ਦੇ ਦਿਲ ਨੂੰ ਮੰਦਿਰ ਦੇ ਪੈਸੇ ਤੋਂ ਜਿਆਦਾ ਛੋਹਿਆ।"

—ਲਿਊਕ 21:03—
ਮਸੀਹ ਨੇ ਕਿਹਾ "ਮੈਂ ਤੁਹਾਨੂੰ ਲੋਕਾਂ ਨੂੰ ਸੱਚ ਦਸਦਾ ਹਾਂ - ਇਸ ਕੰਗਾਲ ਵਿਧਵਾ ਨੇ ਉਹਨਾਂ ਸਬੋਂ ਤੋਂ ਜਿਆਦਾ ਦਿਤਾ ਹੈ।

ਕੀ ਤੁਹਾਨੂੰ ਇੱਕ ਸਵਾਲ ਯਾਦ ਹੈ ਜੋ ਯਿਸੂ ਨੇ ਪੀਟਰ ਨੂੰ ਧੋਖਾ ਦੇਣ ਦੇ ਬਾਅਦ ਪੁੱਛਿਆ?

—ਜਾਨ 21:17—
ਈਸਾ ਨੇ ਤੀਜੀ ਵਾਰ ਉਸ ਵਲੋਂ ਕਿਹਾ, ਸਿਮੋਨ ਜਾਨ ਦੇ ਪੁੱਤ! ਕੀ ਤੂੰ ਮੈਨੂੰ ਪਿਆਰ ਕਰਦਾ ਹੈਂ? ਪੀਟਰ ਨੂੰ ਦੁੱਖ ਹੋਇਆ ਕਿ ਮਸੀਹ ਨੇ ਤੀਜੀ ਵਾਰ ਉਸ ਵਲੋਂ ਇਹ ਪੁੱਛਿਆ, ਕੀ ਤੂੰ ਮੈਨੂੰ ਪਿਆਰ ਕਰਦਾ ਹੈ ਅਤੇ ਉਸਨੇ ਈਸਾ ਨੂੰ ਕਿਹਾ, ਪ੍ਰਭੂ! ਤੁਹਾਨੂੰ ਤਾਂ ਸਭ ਕੁੱਝ ਪਤਾ ਹੈ। ਤੁਸੀ ਜਾਣਦੇ ਹੋ ਕਿ ਮੈਂ ਤੁਹਾਨੂੰ ਪਿਆਰ ਕਰਦਾ ਹਾਂ। ਈਸਾ ਨੇ ਉਸ ਵਲੋਂ ਕਿਹਾ ਮੇਰੀ ਭੇਡਾਂ ਨੂੰ ਚਰਾਓ।

ਯਿਸੂ ਯੋਜਨਾ ਦੀਆ ਪੇਸ਼ਕਸ਼

ਲੀਡਰਾਂ ਦੀ ਟ੍ਰੇਨਿੰਗ

ਕੱਟੜਪੰਥੀ ਲੀਡਰ ਬਣਾਉਣ ਦੀ ਟ੍ਰੇਨਿੰਗ ਪਹਲੇ ਕੋਰਸ ਕੱਟੜਪੰਥੀ ਚੇਲੇ ਬਣਾਉਣ ਨਾਲ਼ ਸ਼ੁਰੂ ਹੁੰਦੀ ਹੈ ਅਤੇ ਜਿਨ੍ਹਾਂ ਨੇ ਚੇਲੇ ਬਣਾਉਣ ਦੇ ਲਈ ਸਮੂਹ ਬਣਾਏ ਹਨ ਉਹਨਾਂ ਨੂੰ ਵੀ ਇਹ ਵੱਡੇ ਸਮੂਹ ਬਣਾਉਣ ਵਿੱਚ ਮਦਦ ਕਰੇਂਗੀ।

ਟ੍ਰੇਨਿੰਗ ਦਾ ਪਰਿਣਾਮ

ਇਹ ਸੈਮੀਨਾਰ ਨੂੰ ਖਤਮ ਕਰਨ ਤੋਂ ਬਾਅਦ ਉਹ ਹੇਠ੍ਹ ਲਿਖੇ ਕੰਮ ਕਰ ਸਕਦੇ ਹਨ।

- ਨਵੇਂ ਲੀਡਰਾਂ ਨੂੰ ਦਸ ਮੁੱਖ ਪ੍ਰਧਾਨਗੀ ਪਾਠ ਸਿੱਖਾਣਾ।
- ਯਿਸੂ ਦੀ ਵਿਧੀ ਦਾ ਇਸਤੇਮਾਲ ਕਰਕੇ ਨਵੇਂ ਲੀਡਰਾਂ ਨੂੰ ਸਿੱਖਿਅਤ ਕਰਨਾ।
- ਸ਼ਖਸੀਅਤ ਦੇ ਵੱਖਰੇ ਪਰਕਾਰਾਂ ਦੀ ਪਹਿਚਾਣ ਕਰਕੇ ਲੋਕਾਂ ਨੂੰ ਸਮੂਹ ਦੇ ਰੂਪ ਵਿੱਚ ਕਾਰਜ ਪੂਰੇ ਕਰਨ ਵਿੱਚ ਮਦਦ ਕਰਨਾ।
- ਜੋ ਸਮੂਹ ਅਧਿਆਤਮਕਤਾ ਗਵਾ ਚੁੱਕੇ ਹਨ ਉਨਾਂ ਵਿੱਚ ਨਵੇਂ ਸਮੂਹ ਬਣਾਉਣਾ ਅਤੇ ਅਜਿਹਾ ਕਰਨ ਲਈ ਨੀਤੀ ਵਿਕਸਿਤ ਕਰਨਾ।
- ਗਿਰਜਾ ਘਰ ਸਥਾਪਨਾ ਦੇ ਅੰਦੋਲਨ ਦੀ ਕਿਵੇਂ ਅਗਵਾਈ ਕਰਨੀ ਹੈ ਇਹ ਸੱਮਝਣਾ।

ਟ੍ਰੇਨਿੰਗ ਦੀ ਵਿਧੀ

ਅਗਵਾਈ ਟ੍ਰੇਨਿੰਗ ਦਾ ਹਰੇਕ ਸ਼ੈਸ਼ਨ ਇੱਕ ਹੀ ਅਧਾਰ ਨੂੰ ਮੰਨਦਾ ਹੈ ਕਿ ਕਿਸ ਤਰ੍ਹਾਂ ਯਿਸੂ ਨੇ ਆਪਣੇ ਚੇਲਿਆਂ ਨੂੰ ਲੀਡਰ ਦੇ ਰੂਪ ਵਿੱਚ ਸਿੱਖਿਅਤ ਕੀਤਾ।ਪਾਠ ਦੀ ਰੂਪ ਰੇਖਾ ਸੁਝਾਵਿਤ ਸਮੇਂ ਦੇ ਨਾਲ ਦਿੱਤੀ ਗਈ ਹੈ।

ਪ੍ਰਸ਼ੰਸਾ

- ਦੋ (ਜਾਂ ਸਮਾਂ ਹੋਵੇ ਤਾਂ ਜਿਆਦਾ) ਭਜਨ ਸਭ ਨਾਲ ਮਿਲਕੇ ਗਾਓ ।

  (੧੦ ਮਿੰਟ)

ਵਿਕਾਸ

- ਪਿੱਛਲੀ ਮੁਲਾਕਾਤ ਤੋਂ ਹੁਣ ਤੱਕ ਦੀ ਆਪਣੇ ਮੰਤਰਾਲੇ ਦੀ ਵਿਕਾਸ ਦੇ ਬਾਰੇ ਵਿੱਚ ਲੀਡਰ ਅਨੁਭਵ ਸਾਂਝਾ ਕਰਦਾ ਹੈ । ਸਮੂਹ, ਲੀਡਰ ਅਤੇ ਉਸਦੇ ਮੰਤਰਾਲੇ ਲਈ ਅਰਦਾਸ ਕਰਦਾ ਹੈ ।

  (੧੦ ਮਿੰਟ)

ਸਮੱਸਿਆ

- ਸਿਖਿਅਕ ਪ੍ਰਧਾਨਗੀ ਵਿੱਚ ਆਉਣ ਵਾਲੀ ਇੱਕ ਆਮ ਸਮੱਸਿਆ ਦੀ ਜਾਣ ਪਹਿਚਾਣ ਦਿੰਦਾ ਹੈ ਅਤੇ ਨਾਲ ਹੀ ਸਮੱਸਿਆ ਨੂੰ ਕਹਾਣੀ ਜਾਂ ਵਿਅਕਤੀਗਤ ਉਦਾਹਰਣ ਦੇ ਨਾਲ ਸਮਝਾਂਦਾ ਹੈ ।

  (੫ ਮਿੰਟ)

ਨੀਤੀ

- ਸਿਖਿਅਕ ਲੀਡਰਾਂ ਨੂੰ ਅਗਵਾਈ ਦਾ ਇੱਕ ਆਸਾਨ ਪਾਠ ਪੜ੍ਹਾਉਦੇਂ ਹਨ ਜੋ ਲੀਡਰਾਂ ਨੂੰ ਅਗਵਾਈ ਵਿੱਚ ਆਣ ਵਾਲੀ ਸਮੱਸਿਆ ਦਾ ਹੱਲ ਕਰਨ ਦਾ ਗਿਆਨ ਨੇਤਰ ਅਤੇ ਕਲਾ ਸਿਖਾਂਉਦਾ ਹੈ ।

  (੨੦ ਮਿੰਟ)

ਅਭਿਆਸ

- ਲੀਡਰਾਂ ਨੂੰ ਚਾਰ ਸਮੂਹਾਂ ਵਿੱਚ ਵੰਡਿਆ ਕਰੋ ਤਾਂਕਿ ਉਹ ਅਗਵਾਈ ਟ੍ਰੇਨਿੰਗ ਵਿੱਚ ਸਿਖੀਆਂ ਵਿਧੀਆਂ ਦਾ ਅਭਿਆਸ ਕਰ ਸਕਣ ਅਤੇ ਜੋ ਉਹਨਾਂ ਨੇ ਸਿਖੀਆਂ ਹਨ ਉਸ ਉੱਤੇ ਗਿਰਜਾ ਘਰਾਂ ਕਰ ਸਕਣ। ਇਸਦੇ ਅਨੁਸਾਰ ਹੇਠ੍ਹ ਲਿਖੇ ਭਾਗ ਆਉਂਦੇ ਹੈ।

    - ਅਗਵਾਈ ਦੇ ਖੇਤਰ ਵਿੱਚ ਕੀਤੀ ਗਈ ਪ੍ਰਗਤੀ
    - ਅਗਵਾਈ ਦੇ ਖੇਤਰ ਵਿੱਚ ਆਈ ਸਮਸਿਆਵਾਂ ਦਾ ਸਾਮਣਾ
    - ਅਗਵਾਈ ਵਿੱਚ ਸਿੱਖੇ ਸਬਕ ਉੱਤੇ ਆਧਾਰਿਤ ੩੦ ਦਿਨਾਂ ਦੀ ਸੁਧਾਰ ਦੀ ਨੀਤੀ
    - ਅਗਵਾਈ ਦੇ ਖੇਤਰ ਵਿੱਚ ਸਿੱਖੇ ਕਲਾ ਦਾ ਆਣ ਵਾਲੇ ੩੦ ਦਿਨਾਂ ਵਿੱਚ ਅਭਿਆਸ

- ਲੀਡਰ ਇਕੱਠੇ ਖੜਕੇ ਦਸ ਵਾਰ ਆਪਣੀ ਯਾਦਾਸ਼ਤ ਨਾਲ ਪਦ ਦੋਹਰਾਉਣ, ਇਸਦੇ ਮਗਰੋਂ ਛੇ ਵਾਰ ਬਾਇਬਲ ਵਿੱਚੋ ਪੜ੍ਹਣ ਅਤੇ ਫਿਰ ਚਾਰ ਵਾਰ ਆਪਣੀ ਯਾਦਾਸ਼ਤ ਨਾਲ ਦੋਹਰਾਉਣ।

  (੩੦ ਮਿੰਟ)

ਅਰਦਾਸ

- ਚਾਰ ਦੇ ਸਮੂਹ ਵਿਚ ਅਰਦਾਸ ਦੇ ਕਾਰਨ ਉੱਤੇ ਵਿਚਾਰ ਸਾਂਝਾ ਕਰਦੇ ਹਨ ਅਤੇ ਇੱਕ ਦੂੱਜੇ ਲਈ ਅਰਦਾਸ ਕਰਦੇ ਹਨ।

  (੧੦ ਮਿੰਟ)

ਅੰਤ

- ਸਾਰਾ ਸੈਸ਼ਨ ਲੀਡਰਾਂ ਨੂੰ ਮਦਦ ਕਰਨ ਦੀ ਗਤੀਵਿਧੀ ਸਿੱਖਕੇ ਖ਼ਤਮ ਹੁੰਦਾ ਹੈ।

  (੧੫ ਮਿੰਟ)

ਸਿਧਾਂਤਾਂ ਦੀ ਟ੍ਰੇਨਿੰਗ

ਦੂਜਿਆਂ ਨੂੰ ਲੀਡਰ ਦੇ ਰੂਪ ਵਿੱਚ ਵਿਕਸਤ ਕਰਨ ਵਿੱਚ ਮਦਦ ਕਰਨਾ ਇੱਕ ਰੋਮਾਂਚਕ ਕੰਮ ਹੈ। ਲੋਕਪ੍ਰਿਯ ਰਾਏ ਦੇ ਵਿਪਰੀਤ ਲੀਡਰ ਪੈਦਾ ਨਹੀਂ ਹੁੰਦੇ ਉਹ ਬਣਾਏ ਜਾਂਦੇ ਹਨ। ਵੱਧ ਤੋਂ ਵੱਧ ਲੀਡਰ ਬਣਾਉਣ ਦੀ ਲਈ ਪ੍ਰਧਾਨਗੀ ਜਾਣਬੁਝਕੇ ਅਤੇ ਵਿਵਸਥਿਤ ਢੰਗ ਨਾਲ ਕਰਨੀ ਚਾਹੀਦੀ ਹੈ। ਕੁਝ ਲੋਕ ਗਲਤੀ ਨਾਲ ਮੰਨਦੇ ਹਨ ਦਾ ਲੀਡਰ ਆਪਣੇ ਪ੍ਰਸਿੱਧੀ ਦੇ ਅਧਾਰ ਉੱਤੇ ਲੀਡਰ ਬਣਦੇ ਹਨ। ਅਮਰੀਕਾ ਵਿੱਚ ਸਫ਼ਲ ਗਿਰਜਾ ਘਰਾਂ ਉੱਤੇ ਕੀਤੇ ਪਾਦਰਿਆਂ ਉੱਤੇ ਇੱਕ ਸਰਵੇ ਨਾਲ ਪਤਾ ਚਲਿਆ ਹੈ ਕਿ ਉਹ ਸਾਰੇ ਪਾਦਰੀ ਵੱਖ ਵੱਖ ਵਿਅਕਤੀਤਵ ਦੇ ਸਨ।ਜਦੋਂ ਅਸੀ ਯਿਸੂ ਨੂੰ ਮੰਨਦੇ ਹਾਂ ਤਾਂ ਅਸੀ ਸਦੀ ਦੇ ਸਭ ਤੋਂ ਵੱਡੇ ਲੀਡਰ ਨੂੰ ਮੰਨਦੇ ਹਾਂ ਅਤੇ ਆਪਣੇ ਆਪ ਨੂੰ ਲੀਡਰ ਦੇ ਰੂਪ ਵਿੱਚ ਵਿਕਸਤ ਕਰਦੇ ਹਾਂ।

ਵਾਧਾ ਹਾਸਲ ਕਰਦੇ ਲੀਡਰਾਂ ਨੂੰ ਅਗਵਾਈ ਦੇ ਵਿਕਾਸ ਲਈ ਇੱਕ ਸੰਤੁਲਿਤ ਦ੍ਰਸ਼ਟਿਕੋਣ ਦੀ ਲੋੜ ਹੈ। ਇੱਕ ਸੰਤੁਲਿਤ ਦ੍ਰਸ਼ਟਿਕੋਣ ਨੂੰ ਗਿਆਨ, ਚਰਿੱਤਰ, ਕਲਾ ਅਤੇ ਪ੍ਰੇਰਨਾ ਦੀ ਲੋੜ ਹੁੰਦੀ ਹੈ। ਇੱਕ ਵਿਅਕਤੀ ਨੂੰ ਪ੍ਰਭਾਵਸ਼ਾਲੀ ਲੀਡਰ ਬਨਣ ਲਈ ਸਾਰੇ ਚਾਰ ਭਾਗਾਂ ਦੀ ਲੋੜ ਹੁੰਦੀ ਹੈ। ਗਿਆਨ ਦੇ ਬਿਨਾਂ, ਗਲਤ ਫਹਮੀਆਂ ਲੀਡਰ ਨੂੰ ਗੁਮਰਾਹ ਕਰ ਦਿੰਦੀਆਂ ਹਨ। ਚਰਿੱਤਰ ਦੇ ਬਿਨਾਂ ਲੀਡਰ ਨੈਤਿਕ ਅਤੇ ਆਤਮਕ ਗਲਤੀਆ ਕਰੇਗਾ ਜਿਸਦੇ ਨਾਲ ਗਿਰਜਾ ਘਰ ਸਥਾਪਨਾ ਦੇ ਪ੍ਰੋਗਰਾਮ ਨੂੰ ਅੜਚਨ ਪਹੁਚੇਗੀ। ਜਰੂਰੀ ਕਲਾ ਦੇ ਬਿਨਾਂ ਲੀਡਰ ਲਗਾਤਾਰ ਇਸ ਕਾਰਜ ਨੂੰ ਦੋਹਰਾਨ ਜਾਂ ਫਿਰ ਪੁਰਾਣੇ ਤਰੀਕੇ ਦੀ ਵਰਤੋ ਕਰੇਗਾ। ਅੰਤ ਵਿੱਚ, ਜਿਸ ਲੀਡਰ ਦੇ ਕੋਲ ਗਿਆਨ, ਚਰਿੱਤਰ ਅਤੇ ਕਲਾ ਹਨ ਪਰ ਕੋਈ ਪ੍ਰੇਰਨਾ ਨਹੀਂ ਹੈ ਉਹ ਕੇਵਲ ਆਪਣੇ ਦਰਜੇ ਨੂੰ ਬਣਾਈ ਰਖਣ ਦੀ ਚਿੰਤਾ ਕਰੇਗਾ।

ਆਪਣੇ ਕਾਰਜ ਨੂੰ ਪੂਰਾ ਕਰਨ ਲਈ ਜ਼ਰੂਰੀ ਤਰੀਕੇ ਲੀਡਰਾਂ ਨੂੰ ਯਾਦ ਕਰਨੇ ਚਾਹੀਦੇ ਹਨ। ਅਰਦਾਸ ਵਿੱਚ ਮਹੱਤਵਪੂਰਣ ਸਮਾਂ ਬਤੀਤ ਕਰਨ ਦੇ ਬਾਅਦ ਲੀਡਰਾਂ ਨੂੰ ਇੱਕ ਤਕੜੀ ਦ੍ਰਸ਼ਟੀ ਦੀ ਲੋੜ ਹੁੰਦੀ ਹੈ। ਇਹ ਦ੍ਰਿਸ਼ਟੀ, "ਅੱਗੇ ਕੀ ਕਰਨ ਦੀ ਲੋੜ ਹੈ?" ਇਸ ਸਵਾਲ ਦਾ ਜਵਾਬ ਦਿੰਦੀ ਹੈ। ਲੀਡਰਾਂ ਨੂੰ ਪਤਾ ਹੋਣਾ ਚਾਹੀਦਾ ਹੈ ਦੀ ਉਹ ਜੋ ਕਰ ਰਹੇ ਹਨ ਉਸਦਾ ਉਦੇਸ਼ ਕੀ ਹੈ? ਉਦੇਸ਼ ਇਸ ਸਵਾਲ ਦਾ ਜਵਾਬ ਦਿੰਦਾ ਹੈ ਕਿ "ਇਹ ਮਹੱਤਵਪੂਰਣ ਕਿਉਂ ਹੈ?"। ਇਸ ਸਵਾਲ ਦਾ ਹੱਲ ਜਿਨ੍ਹਾਂ ਨੂੰ ਪਤਾ ਹੁੰਦਾ ਹੈ ਉਹਨਾਂ ਲੀਡਰਾਂ ਨੂੰ ਮੁਸ਼ਕਲ ਵਕਤ ਵਿਚ ਮਾਰਗ-ਦਰਸ਼ਨ ਵਿੱਚ ਮਦਦ ਮਿਲਦੀ ਹੈ।

ਲੀਡਰਾਂ ਨੂੰ ਆਪਣੇ ਮਿਸ਼ਨ ਦਾ ਪਤਾ ਹੋਣਾ ਚਾਹਿਦਾ ਹੈ। ਪਰਮਾਤਮਾ ਆਪਣੀ ਇੱਛਾ ਨੂੰ ਪੂਰਾ ਕਰਨ ਲਈ ਲੋਕਾਂ ਨੂੰ ਇੱਕ ਸਮਾਜ ਵਿੱਚ ਇਕੱਠੇ ਕਰਦੇ ਹਨ। ਇਸ ਕਾਰਜ ਵਿੱਚ ਕੌਣ ਸ਼ਾਮਿਲ ਹੋਣਾ ਚਾਹੀਦਾ ਹੈ? ਇਸਦਾ ਜਵਾਬ ਮਿਸ਼ਨ ਦਿੰਦਾ ਹੈ। ਅੰਤ ਵਿੱਚ, ਚੰਗੇ ਲੀਡਰ ਦੇ ਕੋਲ ਮੰਨਣ ਲਈ ਸਾਫ਼ ਅਤੇ ਸਪੱਸ਼ਟ ਉਦੇਸ਼ ਹੁੰਦੇ ਹਨ। ਆਮਤੌਰ ਉੱਤੇ ਇੱਕ ਲੀਡਰ ਦ੍ਰਿਸ਼ਟੀ, ਮਕਸਦ ਅਤੇ ਮਿਸ਼ਨ ਦੇ ਮਾਧਿਅਮ ਨਾਲ ਚਾਰ ਤੋਂ ਪੰਜ ਉਦੇਸ਼ ਤੈਅ ਕਰਦਾ ਹੈ। ਅਸੀ ਇਹ ਕਿਵੇਂ ਕਰਾਂਗੇ? ਇਸਦਾ ਜਵਾਬ ਤੈਅ ਕੀਤੇ ਗਏ ਉਦੇਸ਼ ਦਿੰਦੇ ਹਨ।

ਸਾਨੂੰ ਪਤਾ ਚੱਲਿਆ ਹੈ ਕਿ ਸਮੂਹ ਵਿੱਚੋਂ ਇੱਕ ਉਭੱਰਦੇ ਲੀਡਰ ਦਾ ਚੋਣ ਕਰਨਾ ਕਿੰਨਾ ਔਖਾ ਹੁੰਦਾ ਹੈ। ਪਰਮਾਤਮਾ ਕਿਸੇ ਇੱਕ ਦਾ ਚੋਣ ਕਰਕੇ ਸਾਨੂੰ ਹਮੇਸ਼ਾ ਹੈਰਾਨ ਕਰ ਦਿੰਦੇ ਹਨ। ਸਭਤੋਂ ਉਤਪਾਦਕ ਦ੍ਰਿਸ਼ਟਿਕੋਣ ਇਹ ਹੁੰਦਾ ਹੈ ਕਿ ਹਰ ਇੱਕ ਵਿਅਕਤੀ ਨੂੰ ਅਜਿਹਾ ਮਹਿਸੂਸ ਕਰਵਾਓ ਕਿ ਉਹ ਪਹਿਲਾਂ ਤੋਂ ਹੀ ਇੱਕ ਲੀਡਰ ਸੀ। ਇੱਕ ਵਿਅਕਤੀ ਸ਼ਾਇਦ ਆਪਣੇ ਆਪ ਦੀ ਅਗਵਾਈ ਕਰ ਰਿਹਾ ਹੋਵੇ, ਇਹ ਵੀ ਇੱਕ ਤਰ੍ਹਾਂ ਦੀ ਅਗਵਾਈ ਹੀ ਤਾਂ ਹੈ। ਵਿਸ਼ਵਾਸ ਦੇ ਅਧਾਰ ਤੇ ਲੋਕ ਬਿਹਤਰ ਲੀਡਰ ਬਣਦੇ ਹਨ। ਜਦੋਂ ਅਸੀ ਲੋਕਾਂ ਨੂੰ ਚੇਲਿਆਂ ਦੀ ਤਰ੍ਹਾਂ ਸੰਭਾਲਦੇ ਹਾਂ ਤੱਦ ਉਹ ਵੀ ਆਗੇ ਚਲਕੇ ਚੇਲੇ ਹੀ ਬਣਦੇ ਹਨ। ਜਦੋਂ ਅਸੀ ਲੋਕਾਂ ਨੂੰ ਲੀਡਰ ਦੇ ਰੂਪ ਵਿੱਚ ਸੰਭਾਲਦੇ ਹੈ ਤੱਦ ਅੱਗੇ ਚਲਕੇ ਉਹ ਵੀ ਲੀਡਰ ਬਣਦੇ ਹਨ। ਯਿਸੂ ਸਮਾਜ ਦੇ ਸਾਰੇ ਹਿਸਿਆਂ ਵਿੱਚੋਂ ਲੋਕਾਂ ਦਾ ਚੋਣ ਕਰਦੇ ਹਨ। ਯਿਸੂ ਅਜਿਹਾ ਇਸ ਲਈ ਕਰਦੇ ਹਨ ਕਿਉਂਕਿ ਉਹ ਇਹ ਸਾਬਤ ਕਰਨਾ ਚਾਹੁੰਦੇ ਹਨ ਕਿ ਅਗਵਾਈ ਉਹਨਾਂ ਦੇ ਨਾਲ ਬੱਝੇ ਰਹਿਣ ਉੱਤੇ ਨਿਰਭਰ ਕਰਦੀ ਹੈ। ਅਕਸਰ ਅਸੀ ਇਸਨੂੰ ਨਹੀਂ ਪਤਾ ਕਰ ਪਾਉਂਦੇ। ਸਾਨੂੰ ਲੀਡਰਾਂ ਦੀ ਕਮੀ ਕਿਉਂ ਹੈ? ਕਿਉਂਕਿ ਵਰਤਮਾਨ ਲੀਡਰ ਨਵੇਂ ਲੋਕਾਂ ਨੂੰ ਅਗਵਾਈ ਕਰਨ ਦੇ ਮੌਕੇ ਦੇਣ ਤੋਂ ਮਨਾ ਕਰਦੇ ਹਨ।

ਕੁੱਝ ਕਾਰਨ ਰੱਬ ਦੇ ਇਸ ਪਵਿਤਰ ਅੰਦੋਲਨ ਨੂੰ ਅਗਵਾਈ ਦੀ ਅਣਹੋਂਦ ਵਿੱਚ ਠਲ ਪਾਉਂਦੇ ਹਨ। ਅਫਸੋਸ ਦੀ ਗੱਲ ਤਾਂ ਇਹ ਹੈ ਕਿ, ਸਾਨੂੰ ਅਗਵਾਈ ਦੀ ਅਣਹੋਂਦ ਦਾ ਸਾਮਣਾ ਉਸ ਜਗ੍ਹਾ ਕਰਨਾ ਪਿਆ ਜਿਸ ਜਗ੍ਹਾ ਤੇ ਅਸੀ ਲੋਕਾਂ ਨੂੰ ਟ੍ਰੇਨ ਕੀਤਾ (ਅਮਰੀਕਾ ਸਹਿਤ)। ਸਮੁਦਾਏ ਵਿੱਚ ਰੱਬ ਦੇ ਸਮਾਨ ਲੀਡਰਾਂ ਦਾ ਹੋਣਾ ਸ਼ਾਂਤੀ, ਅਸ਼ੀਰਵਾਦ ਅਤੇ ਪੂਰਨਤਾ ਲਿਆਂਦਾ ਹੈ। ਪ੍ਰਸਿੱਧ ਸੰਸ਼ੋਧਕ ਅਲਬਰਟ ਆਇੰਸਟਾਇਨ ਇੱਕ ਪ੍ਰਸਿੱਧ ਉਧਾਹਰਣ ਵਿੱਚ ਕਹਿੰਦੇ ਹਨ ਦੀ "ਸਾਡੀ ਵਰਤਮਾਨ ਸਮਸਿਆਵਾਂ ਦਾ ਸਮਾਧਾਨ, ਸਾਡੀ ਵਰਤਮਾਨ ਅਗਵਾਈ ਨਾਲ ਸੰਭਵ ਨਹੀਂ ਹੈ"। ਰੱਬ *"ਯਿਸੂ ਨੂੰ ਮਨਣਾ - ਟ੍ਰੇਨਿੰਗ"* ਨੂੰ ਸਾਨੂੰ ਪ੍ਰੇਰਿਤ ਅਤੇ ਸੁਸੱਜਿਤ ਕਰਣ ਲਈ ਕਰ ਰਿਹੇ ਹਨ। ਅਸੀ ਅਰਦਾਸ ਕਰਦੇ ਹਾਂ ਕਿ ਇਹ ਤੁਹਾਡੇ ਨਾਲ ਵੀ ਹੋਵੇ। ਸਾਰੇ ਸਮੇਂ ਦੇ ਸਭ ਤੋਂ ਵੱਡੇ ਲੀਡਰ, ਤੁਹਾਡੇ ਹਿਰਦੇ ਅਤੇ ਮਨ ਨੂੰ ਹਰ ਇੱਕ ਆਤਮਕ ਅਸ਼ੀਰਵਾਦ ਨਾਲ ਭਰ ਦੇਣ। ਤੁਹਾਨੂੰ ਮਜਬੂਤ ਅਤੇ ਪ੍ਰਭਾਵ ਵਧਾਉਣ ਦੀ ਸਮਰੱਥਾ ਪ੍ਰਦਾਨ ਕਰਨ। ਅਗਵਾਈ ਦੀ ਇਹੀ ਸੱਚੀ ਪਰੀਖਿਆ ਹੈ।

ਅੱਗੇ ਦਾ ਸਿੱਖਿਆ

ਅਸੀ ਹੇਠ ਲਿਖੇ ਲੇਖਕਾਂ ਦੀ ਵਿਚਾਰ ਕਰਦੇ ਹਾਂ ਜਿੰਨਾ ਨੇ ਅਭਿਆਸ ਦੌਰਾਨ ਬਹੁਤ ਮੱਦਦ ਕੀਤੀ ਕੱਟੜਪੰਥੀ ਲੀਡਰਾਂ ਬਾਰੇ ਜਾਣਨ ਵਿੱਚ। ਬਾਈਬਲ ਉਹ ਪਹਿਲੀ ਕਿਤਾਬ ਹੈ ਜੋ ਮਿਸ਼ਨ ਦੇ ਕੰਮ ਵਿੱਚ ਟ੍ਰਾਂਸਲੇਟ ਕਰਨ ਲਈ ਆਈ ।ਬਾਅਦ ਵਿੱਚ, ਅਸੀਂ ਇਹਨਾਂ ਸੱਤ ਕਿਤਾਬਾਂ ਨੂੰ ਟ੍ਰਾਂਸਲੇਟ ਕਰਨ ਦੀ ਸਲਾਹ ਦਿੰਦੇ ਹਾਂ, ਜੋ ਕਿ ਇੱਕ ਪ੍ਰਭਾਵੀ ਅਗਵਾਈ ਦਾ ਵਿਕਾਸ ਕਰਨ ਲਈ ਠੋਸ ਬੁਨਿਆਦ ਰੱਖਦੀਆਂ ਹਨ ।

ਬਲਾਨਚਾਰਡ, ਕੇਨ ਅਤੇ ਹੋਡਜਸ, ਫਿਲ. ਯਿਸੂ ਦੀ ਤਰ੍ਹਾਂ ਅਗਵਾਈ: *ਸਮੇਂ ਦੇ ਮਹਾਨਤਮ ਆਦਰਸ਼ ਵਲੋਂ ਸਬਕ*। ਥੋਮਸ ਨੈਲਸਨ,2006 ।

ਕਲਿੰਟਨ, ਜੇ. ਰੋਬੇਰਟ. *ਇੱਕ ਲੀਡਰ ਦਾ ਨਿਰਮਾਣ.* ਨਵਪ੍ਰੈਸ ਪਬਲਿਸ਼ਿੰਗ ਗਰੁੱਪ,1988।

ਕੋਲਮੈਨ, ਰੋਬੇਰਟ ਈ. *ਅੰਜੀਲਵਾਦ ਦੇ ਮੁੱਖ ਉਦੇਸ਼.* ਫਲੇਮਿੰਗ ਐਚ. ਰੇਵੇਲ, 1970।

ਹੇਟੀਂਗਾ, ਜਾਨ ਡੀ. *ਮੇਰੀ ਨਕਲ ਕਰੋ: ਯਿਸੂ ਦੇ ਪਿਆਰੀ ਅਗਵਾਈ ਦਾ ਅਨੁਭਵ*। ਨਵਪ੍ਰੈਸ, 1996 ।

ਮੈਕਸਵੈਲ, ਜਾਨ ਸੀ. *ਤੁਹਾਡੇ ਅੰਦਰ ਦੇ ਲੀਡਰ ਦਾ ਵਿਕਾਸ ਕਰਨਾ.* ਥੋਮਸ ਨੇਲਸਨ ਪਬਲੀਸ਼ਰਜ, 1993 ।

ਓਗਨੇ, ਸਟੀਵਨ ਐਲ. ਐਂਡ ਨੇਬਲ, ਥੋਮਸ ਪੀ । ਕੋਚਿੰਗ ਦੇ ਮਾਧਿਅਮ ਨਾਲ ਲੀਡਰਾਂ ਦਾ ਸ਼ਕਤੀਕਰਣ । ਚੁਰਚ ਸਮਾਰਟ ਰਿਸੋਰਸਿਜ, 1995 ।

ਸੈਨਡਰਸ, ਜੇ. ਓਸਵਾਲਡ. *ਆਤਮਿਕ ਅਗਵਾਈ: ਹਰ ਆਸਤਿਕ ਲਈ ਸ੍ਰੇਸ਼ਠ ਸਿਧਾਂਤ.* ਮੂਡੀ ਪਬਲੀਸ਼ਰਜ, 2007

www.ingramcontent.com/pod-product-compliance
Lightning Source LLC
Chambersburg PA
CBHW060706030426
42337CB00017B/2776